AF762008

മണൽനഗരത്തിലെ ഉപ്പളങ്ങൾ

അനിൽകുമാർ സി.പി.

ആലപ്പുഴ ജില്ലയിൽ പുന്തല, വെണ്മണി സ്വദേശി. അധ്യാപകരായിരുന്ന പത്മനാഭൻ, ചന്ദ്രമതി എന്നിവർ മാതാപിതാക്കൾ. പന്തളം എൻഎസ്സ്എസ്സ് കോളേജിൽ വിദ്യാഭ്യാസം. ദുബായിൽ ഷേഖ് റഷീദ് ഹോസ്പിറ്റലിൽ ഹൗസ്കീപ്പിംഗ് മാനേജറായി ജോലി ചെയ്യുന്നു.

'അബ്സല്യൂട്ട് മാജിക്', 'പുരുഷാരവം', 'ഓർമ്മകളുടെ ജാലകം' എന്നീ കഥാസമാഹാരങ്ങളും നിരവധി ആന്തോളജികളിൽ കഥകളും പ്രസിദ്ധീകരിച്ചിട്ടുണ്ട്.

കേസരി നായനാർ കഥാപുരസ്കാരം, മെഹ്ഫിൽ ഇന്റർനാഷണൽ കഥാപുരസ്കാരം, പാം പുസ്തകപ്പുര കഥാപുരസ്കാരം, അക്കാഫ് കഥാപുരസ്കാരം, അസ്മൊ പുത്തഞ്ചിറ കഥാപുരസ്കാരം, പ്രവാസി ബുക്ക് ട്രസ്റ്റ് കഥാപുരസ്കാരം, സൂപ്പർ ബ്ലോഗ്ഗർ റണ്ണർഅപ്പ്, ദുബായ് ഭാവനാ കഥാപുരസ്കാരം, കാണാപ്പുറം മാഗസിൻ കഥാപുരസ്കാരം, ദുബായ് യുവകലാസാഹിതി കഥാപുരസ്കാരം തുടങ്ങിയവ ലഭിച്ചിട്ടുണ്ട്.

ഭാര്യ, അധ്യാപികയായ അമ്പിളി.

മകൻ: അബു അനിൽ.

വിലാസം:

ചന്ദ്രാലയം,

പുന്തല പി. ഒ.

വെണ്മണി - 689509

മെയിൽ: ak.ceepee@gmail.com

അനിൽകുമാർ സി.പി.

മണൽനഗരത്തിലെ ഉപ്പളങ്ങൾ

കുറിപ്പുകൾ

മാക്സ് ബുക്സ്
2023

വില: **180** രൂപ

Manalnagarathile Uppalangal
By Anilkumar C.P.
Malayalam

Published by:-
MAX BOOKS
Maxlive Media Solutions Pvt Ltd.
Muppathiyil Building, Muttambalom Post,
Kanjikuzhy, Kottayam 686 004
maxlivemediasolutions@gmail.com
maxbookskerala@gmail.com
Ph: 90740 98776

Cover Design:
Leo Jayan

Printed in India
at Max, Kottayam

Edition:
First Editon May 2023
Copies: 1000
Price: Rs. 180

ISBN: 978-93-91085-58-2

No part of this book's content shall be used in any format without prior permission from the publishers. Copyright material.

പ്രസാധകക്കുറിപ്പ്

പ്രവാസവും കോവിഡ് ദുരിതവും ഒത്തുചേർന്നപ്പോൾ അതൊരു മഹാമാരിക്കാലം മാത്രമല്ല നിസ്സഹായതയുടെ കാലം കൂടിയായി പലർക്കും. അത്തരത്തിൽ തീർത്തും അനിശ്ചിതത്വത്തിൽ ഒരു മനുഷ്യൻ താണ്ടിയ മരണം തണുത്തുറഞ്ഞ വഴികൾ, ആ കാലമാണ് മണൽ നഗരത്തിലെ ഉപ്പളങ്ങളിലെ പ്രതിപാദ്യം. ഇതിൽ സ്നേഹത്തിന്റെ കാണാച്ചരടുണ്ട്, കണ്ണീരിന്റെ നനവും, സ്നേഹ രാഹിത്യത്തിന്റെ പൊള്ളും ഓർമകളുമുണ്ട്. ഇത് ജീവിതക്കാഴ്ച യാണ്. ഒരു പ്രവാസിയുടെ സമാനതകളില്ലാത്ത ജീവിതത്തിന്റെ നേർക്കാഴ്ച.

അജീഷ് ചന്ദ്രൻ
മാക്സ് ബുക്സ്

ആമുഖം

മണൽനഗരത്തിലെ ഉപ്പളങ്ങൾ എന്ന പുസ്തകം കോവിഡ് മഹാമാരിക്കാലത്ത് എഴുതിക്കൂട്ടിയ കുറേ കുറിപ്പുകളുടെ ശേഖരമാണ്. ഏതൊരു പ്രവാസിയുടെ ഉള്ളവും വെയിൽകൊണ്ടു വരണ്ടുണങ്ങിയ, കണ്ണീർവറ്റിയ ഉപ്പളങ്ങളാണ്. മണൽനഗരങ്ങളിൽ സ്വർണം കുഴിച്ചെടുക്കുകയാണ് തങ്ങളുടെ പ്രിയപ്പെട്ടവരെന്നു ചിന്തിക്കുന്ന ധാരാളം മനുഷ്യർ ഇന്നും നാട്ടിൽ നിലനിൽക്കുന്നുവെന്ന് പല പ്രവാസികളും തിരിച്ചറിഞ്ഞത് ഈ മഹാമാരിക്കാലത്താണ്. 2020 ജനുവരിയിൽ ആരംഭിച്ച്, മാർച്ചിൽ വരിഞ്ഞുചുറ്റി എല്ലുകൾ ഒടിച്ച മർത്തി കോവിഡ് എന്ന മഹാനാഗം മനുഷ്യരാശിയിലേക്കു ഇഴഞ്ഞുകയറിയപ്പോൾ കൊഴിഞ്ഞുവീണ മനുഷ്യർ എത്രയെത്ര!

അസുഖം കൊണ്ടു മരിച്ചവർ, പി.പി.ഇ. കിറ്റണിഞ്ഞ അറ്റൻഡർമാർ തള്ളുന്ന ട്രോളിയിൽ തണുത്തുറഞ്ഞ്, പാതിതുറന്ന കണ്ണിലൂടെ വൃഥാ ലോകത്തെ അവസാനനോട്ടം നോക്കി, പലവട്ടം എന്റെ മുന്നിലൂടെ ആശുപത്രി മോർച്ചറിയുടെ വാതിലിലൂടെ അകത്തേക്കും, പിന്നെ ഒടുവിലെ യാത്രയ്ക്കായി സർവ്വതും കെട്ടിമുറുക്കി പുറത്തേക്കും സഞ്ചരിച്ചതു കണ്ട് ഞാൻ നിന്നപ്പോഴും, എന്നെ തകർത്തതും തളർത്തിയതും പ്രിയപ്പെട്ട ചിലരുടെ ആത്മഹത്യകളായിരുന്നു.

മരണത്തിനപ്പുറം മറ്റൊന്നും ചുറ്റുമില്ലാത്ത കുറേ മാസങ്ങൾ. ആ അവസ്ഥയിൽ നിന്നും രക്ഷപ്പെടാൻ കണ്ടെത്തിയ വഴിയായിരുന്നു ആഴ്ചതോറും എഫ്ബി-യിൽ എന്തെങ്കിലും കുറിക്കുക എന്ന ചിന്ത. അങ്ങനെ ഒരു വെള്ളിയാഴ്ച പകൽ ആദ്യമായി പ്രവാസചിന്തകൾ എഴുതിത്തുടങ്ങി. അതിൽ വാർത്തകളിലൂടെ കിട്ടിയവയും, സ്വകാര്യസംഭവങ്ങളും ഒക്കെയുണ്ട്. ഓരോന്നും എന്റെ ഉള്ളം എങ്ങനെ സ്വാംശീകരിച്ചു എന്നതാണ് അവിടെ എഴു

തിയിട്ടത്. ചിലത് എഴുതുന്നതിനു മുന്നേയും, ചിലത് എഴുതിത്തീർന്ന ശേഷവും എന്റെ കണ്ണ് ഈറനണിയിച്ചു.

ഭരണകൂടനിലപാടുകൾ പലപ്പോഴും രോഷം കൊള്ളിച്ചു, അതിനുമപ്പുറം ബന്ധുക്കൾ എന്ന വിഭാഗത്തിൽപ്പെടുന്നവർ ഓരോ മനുഷ്യനോടും ചെയ്യുന്നതെന്തെന്നു ഞാൻ നോക്കിക്കണ്ടു. കോവിഡ് കാലം ഒരു പരീക്ഷണ കാലമായിരുന്നു. മുപ്പത്തിരണ്ട് അധ്യായങ്ങളിൽ ആ മഹാമാരി മങ്ങിയും തെളിഞ്ഞും മനുഷ്യരെ കീഴടക്കിയതിന്റെ നാൾവഴി കണ്ടെത്താനാകുമെന്നു ഞാൻ പ്രതീക്ഷിക്കുന്നു.

അങ്ങനെ അതൊഴിഞ്ഞു പോയി, പിന്നീട് വാക്സിനുകൾ കണ്ടുപിടിച്ചു. പലർക്കും പലവട്ടം കോവിഡ് വന്നു. ഓരോ വട്ടവും വന്നു മടങ്ങുന്ന രോഗത്തെ നോക്കി പുഞ്ചിരിച്ചവർ ഏറെ. ഇപ്പോൾ, ഈ പുസ്തകം പുറത്തിറക്കാൻ നിശ്ചയിക്കുന്ന വേളയിൽ, പുസ്തകത്തിനൊരു മുഖക്കുറിപ്പുവേണമെന്ന ചിന്തയിൽ ലാപ്ടോപ്പുമായി ഞാനിരിക്കുമ്പോൾ ഒരു കാര്യം ശ്രദ്ധിച്ചു, ഇന്ന് ലോക ഹാപ്പിനെസ് ഡേയാണത്രേ. യു. എൻ. ഒരു പട്ടിക പുറത്തുവിട്ടിരിക്കുന്നു ഏറ്റവും സന്തോഷിക്കുന്ന മനുഷ്യരുള്ള രാജ്യത്തെക്കുറിച്ച്. അതിൽപ്പറയുന്ന ഒന്നുണ്ട്, മഹാമാരിക്കാലം മനുഷ്യരെ കൂടുതൽ നന്മയുള്ളവരാക്കിയത്രേ! പണത്തിനു പിന്നാലെ ഓടുന്നതിനു പകരം, ജീവിക്കുകയാണ് പ്രധാനമെന്നു മനുഷ്യർ തിരിച്ചറിഞ്ഞതും, സ്വന്തവും ബന്ധവും നോക്കാതെ മനുഷ്യരെ ചേർത്തു പിടിക്കേണ്ടത് ഓരോരുത്തരുടേയും കടമയാണെന്നു തിരിച്ചറിഞ്ഞു തുടങ്ങിയതും ഈ മൂന്നു വർഷക്കാലയളവിലാണത്രേ!

സത്യമാണ്, മോർച്ചറികൾ നിറഞ്ഞു കവിഞ്ഞപ്പോൾ, ട്രക്കുകളിൽ ശവം കൂട്ടിയിട്ടപ്പോൾ, മഹാ ശ്മശാനങ്ങൾ രാപ്പകൽ നിർത്താതെയെരിഞ്ഞപ്പോൾ നമ്മൾ കൂടുതലായി പരസ്പരം തിരിച്ചറിയാൻ തുടങ്ങി.

മനുഷ്യാ, നീ മണ്ണാകുന്നു...

നീ വിലയം പ്രാപിക്കുന്നതു പഞ്ചഭൂതങ്ങളിലേക്കാണ്...

ഈ വാക്കുകൾ ഓരോ മനുഷ്യരും തിരിച്ചറിഞ്ഞ നാളുകൾ...

ഈ കാലഘട്ടത്തിൽ കടന്നുപോയ എന്റെ പ്രിയപ്പെട്ടവർ, അവർക്കുള്ള ശ്രദ്ധാഞ്ജലിയാണീ പുസ്തകം.

ഈ കാലഘട്ടത്തിൽ താങ്ങായും തണലായും എന്നെ ചേർത്തുപിടിച്ചവർ, അവർക്കുള്ള എന്റെ സ്നേഹസമ്മാനമാണീ പുസ്തകം.

അവരും മനുഷ്യരാണ്, അവർ കാരുണ്യമർഹിക്കുന്നു എന്ന ചിന്ത എന്നിലുണർത്തിയവർ, അവരാണ്, ഞാനെന്ന മനുഷ്യനെ കൂടുതൽ നല്ല വ്യക്തിയാക്കിത്തീർത്തത്. അവരോടുള്ള നന്ദി പ്രകാശനമാണീ പുസ്തകം.

എന്റെ പ്രിയരേ,
ഇതു നിങ്ങൾക്കുള്ള എന്റെ ഏറ്റവും ചെറിയ സമ്മാനമാണ്. സ്വീകരിക്കുക.
നന്ദി, മാക്സ് ബുക്സ് കോട്ടയം ടീം,
നന്ദി, കവർ ഡിസൈൻ ചെയ്ത ലിയോ ജയൻ,
നന്ദി, പ്രിയ സുഹൃത്ത് ജേക്കബ് എബ്രഹാം,
നന്ദി, എന്റെ പ്രിയപ്പെട്ടവരോട്.
ഏറ്റവും സ്നേഹത്തോടെ.
നിങ്ങളുടെ സ്വന്തം,

അനിൽ കുമാർ സി.പി.

20/03/2023

അവതാരിക

ഹൃദയം തൊട്ടെഴുതുമ്പോൾ

ജേക്കബ് ഏബ്രഹാം

'കണ്ണീരുകൾ എഴുതപ്പെടാനുള്ള വാക്കുകളാണ്'

പൗലോ കൊയ്‌ലോ.

വേരുകൾ നഷ്ടപ്പെട്ടവരാണ് പ്രവാസികൾ എന്നു പൊതുവെ പറയാറുണ്ട്. തനത് മണ്ണിൽ നിന്നും ഒരു ചെടി വേരോടെപിഴുതെടുത്ത് മറ്റൊരിടത്തു നടുമ്പോൾ നഷ്ടപ്പെടുന്നതെല്ലാം പ്രവാസജീവിതത്തിന്റെ വേദനയായി പടരാറുണ്ട്. വളരാൻ വേണ്ടതെല്ലാം പുതുമണ്ണിലുണ്ടെങ്കിലും മുളപൊട്ടിയ മണ്ണിന്റെ അമ്മമണം നഷ്ടപ്പെടുന്ന ഒരുതരം ഹൃദയവേദന. ഇന്ന് പ്രവാസ സാഹിത്യം മലയാള സാഹിത്യത്തിൽ സവിശേഷ ശ്രദ്ധയാകർഷിക്കുന്നുണ്ട്. പ്രവാസമണ്ണിൽ നിന്നും ധാരാളം കരുത്തുറ്റ എഴുത്തുകാർ ദിനംപ്രതി വരുന്നുണ്ട്. ആ നിരയിൽപെട്ട എഴുത്തുകാരനാണ് അനിൽകുമാർ സി. പി. കഥാകൃത്തിന്റെ കോവിഡ്കാല അനുഭവങ്ങളുടെ പുസ്തകം മണൽ നഗരത്തിലെ ഉപ്പളങ്ങൾ വായിക്കുമ്പോൾ, ഹൃദയം ഹൃദയത്തെ തൊടുന്ന അനുഭവമാണ് വായനക്കാരന് ലഭിക്കുന്നത്.

ഓരോ പ്രവാസിയും തന്റെ ഉള്ളിലേക്കു നോക്കി താൻ എന്തുകൊണ്ട് ഒരു പ്രവാസിയായി എന്ന് പലപ്പോഴും ചിന്തിക്കാറുണ്ട്. പ്രത്യേകിച്ചും മണലാരണ്യങ്ങളിലെ പ്രവാസം, ഏകാന്തതയുടേയും ഒറ്റപ്പെടലുകളുടേയും ആടുജീവിതങ്ങളാണ് സാധാരണ ഗൾഫ് തൊഴിലാളികൾക്ക്. ആ ചിന്തകളാണ് മലയാളനാടിനെക്കുറിച്ചുള്ള കഥകളായും കവിതകളായും അനുഭവങ്ങളായും വായന തേടുന്നത്. എന്റെ അപ്പനും ഒരു ഗൾഫ്തൊഴിലാളിയായിരുന്നു. കുട്ടി

ക്കാലത്ത് ലേബർക്യാമ്പുകളിലെ അതിജീവനകഥകൾ കേട്ടാണു ഞാനും വളർന്നു വന്നത്. അതിനാൽത്തന്നെ മണലാരണ്യങ്ങളിലെ ജീവിതങ്ങളോട് വല്ലാത്ത മമതാബന്ധമുണ്ട്. പ്രവാസസാഹിത്യം, വിശിഷ്യ ഗൾഫിലെ ജീവിതം വായിക്കുമ്പോൾ മനസ്സിൽ വല്ലാത്ത നൊമ്പരം പടരും.

ഒരു കഥാകൃത്തിന്റെ ഭാഷാഭംഗിയോടെ, സാമൂഹ്യനിരീക്ഷണങ്ങളോടെയാണ് ഈ എഴുത്തുകാരൻ മഹാമാരിയുടെ കാലത്തെ തന്റെ ജീവിതത്തെ എഴുതിയെടുക്കുന്നത്. ദുബായിൽ ആതുര സേവനരംഗത്ത് പ്രവർത്തിക്കുന്ന ഒരാൾ എന്ന നിലയിൽ കൊറോണ കേവലം സ്വയംരക്ഷിക്കേണ്ട ഒരു മഹാരോഗം മാത്രമല്ല എഴുത്തുകാരന്, ആശുപത്രിയിലെ പ്രവർത്തനങ്ങളെ ഏകോപിപ്പിയ്ക്കാനും ഒപ്പം, പിടയുന്ന മനുഷ്യജീവനെ കരുതലോടെ ഓർക്കാനും ശ്രമിക്കുന്നുണ്ട് അദ്ദേഹം. ഗൾഫുകാരന്റെ പളപളപ്പൻ കുപ്പായവും അത്തറുകുപ്പികളും ഈന്തപ്പഴവും സിഗരറ്റ് പായ്ക്കറ്റുകളും നിറച്ച പെട്ടികളുമായി പായുന്ന അംബാസിഡർ കാറുകൾ ഇന്ന് പഴയകാല മലയാള സിനിമകളിൽ മാത്രമേ കാണാൻകഴിയൂ. നോർക്ക റൂട്ട്സിന്റെ കണക്കുകൾ പ്രകാരം ഗൾഫ് പ്രവാസം ഇന്ന് റിവേഴ്സ് മൈഗ്രേഷൻ എന്ന പ്രക്രിയയിലൂടെ കടന്നുപോകുകയാണ്. പ്രവാസ ജീവിതം അവസാനിപ്പിച്ച് നാട്ടിൽ കൂടണയുന്നവരുടെ എണ്ണം വർദ്ധിക്കുകയാണ്. തിരിച്ചെത്തുന്ന പ്രവാസികളുടെ പുനഃരധിവാസ പ്രവർത്തനങ്ങളിലാണ് ഇനി നാം ശ്രദ്ധിക്കേണ്ടത്.

കോവിഡ് ഉൾപ്പടെയുള്ള മഹാരോഗങ്ങളുടെ ഭീതി, തൊഴിൽനഷ്ടം, ഗൾഫ് മേഖലയിലെ രാഷ്ട്രീയനിശ്ചിതത്വങ്ങൾ എല്ലാമിന്നു മലയാളിയെ വീട്ടിലേക്ക് തിരിച്ചെത്താൻ പ്രേരിപ്പിക്കുന്നു. ഈയൊരു പശ്ചാത്തലത്തിലാണ് മണൽനഗരത്തിന്റെ വായന പ്രസക്തമാവുന്നത്. അംബരചുംബികളുടെ കണ്ണാടിഭിത്തികളിൽ സാഹസികമായി തൂങ്ങിയാടി വൃത്തിയാക്കുന്ന തൊഴിലാളിയും കൊറോണക്കാലത്ത് ജോലി നഷ്ടമായ യുവാവും പോപ്പി എന്ന നായയും പ്രളയത്തിലകപ്പെട്ട ഇക്രുവുമൊക്കെ ഈ കുറിപ്പുകളിൽ നിന്നും നമ്മുടെ മനസ്സിലേക്കു ചേക്കേറും.

പ്രവാസത്തിന്റെ ആഖ്യാനചരിത്രത്തിലെ പുതിയൊരു പന്ഥാവ് ഈ ലേഖനങ്ങളിൽ വായിച്ചെടുക്കാൻ കഴിയും. പ്രവാസമെന്നത് ഇന്ന് ലോകത്തെ സവിശേഷമായ വായന വിഭവമാണ്. നോബൽ സമ്മാന ജേതാവായ അബ്ദുൾ റസാഖ് ഗൂർണയുടെ പ്രശസ്തമായ ഒരു വാക്യമുണ്ട്, “ഭൂപടങ്ങളോട് ഞാൻ സംസാരി

ച്ചു തുടങ്ങി, ഭൂപടങ്ങൾ എന്നോടും." കുടിയേറ്റത്തിന്റെ സാഹിത്യം മനുഷ്യചരിത്രത്തിന്റെ ഭാഗം കൂടിയാണ്. പ്രവാസ എഴുത്തിന്റെ പ്രത്യേകിച്ചും കോവിഡ്കാല ജീവിതത്തിന്റെ നേരെഴുത്തായി മണൽ നഗരത്തിലെ ഉപ്പളങ്ങൾ മാറുന്നുണ്ട്. ഒറ്റയിരുപ്പിൽ വായിച്ചുതീർക്കാവുന്ന ഈ പുസ്തകം വായിച്ചുതീരുമ്പോൾ അവസാനിക്കാത്ത ചിന്തകൾ നമ്മിൽ ഉണരുക തന്നെ ചെയ്യും.

1
കയർത്തുമ്പിൽ തൂങ്ങിയാടുന്ന ജീവിതങ്ങൾ

'ആ ടിക്കറ്റ് ഇനി ആവശ്യമില്ല, സാറത് മറ്റാർക്കെങ്കിലും കൊടുക്കൂ...' ഇതും പറഞ്ഞു മറുഭാഗത്തു പൊടുന്നനെയാണ് ഫോൺ കട്ടായത്. ആദ്യം തോന്നിയ അമ്പരപ്പ്, പെട്ടന്നു തന്നെ ദേഷ്യമോ, ജാള്യതയോ, അപമാനമോ ഒക്കെ ആയി മാറി. ആ അസ്വസ്ഥതയിൽ ഓഫീസിൽ ആരോടും ഒന്നും മിണ്ടാതെ സമയം തള്ളിനീക്കുമ്പോൾ പരിചയമില്ലാത്ത നമ്പറിൽ നിന്നും ഒരു കാൾ വന്നു. രണ്ടു പ്രാവശ്യം കട്ടു ചെയ്തിട്ടും വീണ്ടും വിളിച്ചപ്പോൾ എടുക്കാതിരിക്കുവാൻ കഴിഞ്ഞില്ല. ഹലോ പറയും മുൻപ്, ചലമ്പിച്ച ശബ്ദത്തിൽ അയാൾ സംസാരിച്ചു തുടങ്ങി. 'എനിക്കറിയാം സാറിനുണ്ടായ വിഷമം, പക്ഷേ സാറേ, കുറേ വർഷങ്ങൾക്കു ശേഷം, കൊറോണ വന്നിട്ടും ജീവൻ പോകാതെ രക്ഷപെട്ടപ്പോൾ ഒന്നു നാട്ടിൽ പോകണമെന്നും, ഭാര്യയേയും മക്കളേയും അമ്മയേയും കാണണമെന്നു തോന്നിയതും സത്യം. സാറ് ഫ്രീ ടിക്കറ്റിനായി ഒരു പാട് കഷ്ടപ്പെട്ടു എന്നുമറിയാം. പക്ഷേ..... സാറേ അവർക്കെന്നെ കാണണ്ടെന്ന്! മോൻ ചോദിച്ചു, ഞാൻ ജോലി കളഞ്ഞിട്ട് ചെന്നാൽ എങ്ങനെ ജീവിക്കുമെന്ന്. മോൾ പറഞ്ഞു, അച്ഛനിപ്പം വന്നാൽ ചിലപ്പോൾ തിരിച്ചു പോകാൻ പറ്റിയില്ലെങ്കിലെന്തു ചെയ്യുമെന്ന്. അമ്മ പറഞ്ഞു, പ്രായമായ ആളാണ് കൊറോണയും കൊണ്ട് ഇപ്പം ചെല്ലണ്ടാന്ന്... ഇത്ര കാലം നിന്നില്ലേ, കുറച്ചു കൂടി ക്ഷമിക്കാൻ! ഭാര്യയും പറഞ്ഞു, ഇപ്പം വരാൻ നോക്കണ്ട, എല്ലാരും എതിരാണ് എന്ന്! സാറിനറിയുമോ, എല്ലാരും എതിർത്തിട്ടും ഞാനവളെ കെട്ടിയത്... അവളെ എനിക്ക് പ്രാണനായിട്ടാ. അവർ തലയുയർത്തി ജീവിക്കാനാ ഞാൻ ഇരുന്നൂറ് ദിർഹം കൂടുതൽ കിട്ടാൻ ആകാശത്തു കയറേണിയിൽ തൂങ്ങിയാടി ജോലി ചെയ്യുന്നത്. പേടി ഇല്ലാഞ്ഞിട്ടല്ല.. പേടി വരുമ്പോൾ ഞാനവരെ ഓർ

ക്കും! ഇനി ആരെക്കാണാനാ സാറേ ഞാൻ പോകേണ്ടത്. സാറ് എന്നോട് ക്ഷമിക്ക്... ഇനി ഞാൻ നാട്ടിലേക്കേ പോകുന്നില്ല. ഇവിടെ കിടന്നു ചാകാം. ആർക്കും വേണ്ടാത്തവർ എവിടെക്കിടന്നു ചത്താലെന്ത്?'

ഒരു പൊട്ടിക്കരച്ചിൽ മറുഭാഗത്തു ചിതറി വീഴുമ്പോൾ ഞാനും ശബ്ദമിടറി കണ്ണുനിറഞ്ഞു സ്തംഭിച്ചു നിന്നു.

അയാളൊരു ക്ലീനിങ് കമ്പനിയിലെ ജോലിക്കാരനാണ്. നിലം തുടയ്ക്കുന്ന ക്ലീനിങ് അല്ല, അംബരചുംബികളുടെ കണ്ണാടി ഭിത്തികൾ വൃത്തിയാക്കുന്ന തൊഴിലാളി. മറ്റു ജോലികളെ അപേക്ഷിച്ച് റിസ്ക്കു കൂടുതലുള്ള ഈ ജോലിക്ക് കുറച്ചു ദിർഹം കൂടുതൽ കിട്ടും. ആകാശത്തു നിന്നും താഴേക്കു കയറിൽ പിടിച്ചു തൂങ്ങി വരികയാണോ എന്നു തോന്നിപ്പിക്കുംവിധം കയറിൽ കെട്ടിയ ഒരു ചെറിയ ഇരിപ്പിടത്തിൽ ഇരുന്ന്, അതിസാഹസികമായി കണ്ണാടി വൃത്തിയാക്കുന്നവർ. ശക്തമായ കാറ്റും, പൊടിയും, ചൂടും ഒക്കെ അവരുടെ ജോലിയുടെ വെല്ലുവിളി കൂട്ടുന്ന ഘടകങ്ങളാണ്. ഇവിടെ, അപകടം നടന്നാൽ ജീവൻ തിരികെ കിട്ടുമെന്നതിനു യാതൊരു നിശ്ചയവുമില്ല. അങ്ങനെ ആ കയറിൽ തൂങ്ങിയാടി കണ്ണാടി പ്രതലം വൃത്തിയാക്കുമ്പോൾ അവരുടെ മനസ് അതിനു തയ്യാറാകുന്നതു നാട്ടിലെ പ്രിയപ്പെട്ടവരെ ഓർത്താകുമല്ലോ. കോവിഡ് ബാധിച്ചതോടെ ജോലി നഷ്ടമായി. ശ്വാസകോശത്തിൽ അണുബാധയുമായി ആശുപത്രിയിൽ മരണത്തോട് മല്ലിടുമ്പോൾ അയാൾ കൊതിച്ചത് പ്രിയപ്പെട്ടവരെ ഒന്നു കാണാനാണ്. രോഗം ഭേദമായപ്പോൾ എങ്ങനേയും ഒരു ഫ്രീ ടിക്കറ്റിനായി ശ്രമം. ഒടുവിൽ, ഞാൻ വരുന്നു നാട്ടിലേക്ക് എന്നു വിളിച്ചു പറഞ്ഞപ്പോൾ പ്രിയപ്പെട്ടവർ എന്നു കരുതിയ എല്ലാവരും ഒന്നിച്ചു വേണ്ട എന്നു പറഞ്ഞതോടെ അയാൾ കുഴഞ്ഞു വീണു.

ഇതും കഥയല്ല. പച്ചയായ, പൊള്ളിക്കുന്ന യാഥാർത്ഥ്യം. അല്ലെങ്കിലും നമ്മൾ പ്രവാസികളോളം ഇത്തരമനുഭവങ്ങൾ നേരിടുന്നവർ മറ്റാരുണ്ടാകും? ഇതൊരാളുടെ മാത്രം വിഷയമാണോ? മരുഭൂമിയിൽ വിയർപ്പുനീരിറ്റിക്കുന്നവർ മാറി ചിന്തിക്കേണ്ട കാലം ഇതല്ലേ? ഇപ്പോഴല്ലെങ്കിൽ നാമിനി എന്നാണ് കാര്യങ്ങൾ പഠിക്കുക?

ഓർമ്മയുണ്ടോ, ഗൾഫുകാരന്റെ ചൈനീസ് സിൽക്കു ജുബ്ബയും, തടിച്ച ബ്രേസ്ലെറ്റും, മാലയും, മോതിരവും, എരിയുന്ന ട്രിപ്പിൾ ഫൈവ് സിഗരറ്റും, സ്കോച്ചും, കൂളിംഗ് ഗ്ലാസും ഒക്കെ? അന്നും നമ്മൾ

വിഡ്ഢിയാക്കപ്പെട്ടു. സിനിമകളിൽ നമ്മൾ പൊങ്ങച്ചക്കാരൻ ഗൾഫുകാരനായിരുന്നു. ഇന്നും അതു തന്നെ മറ്റൊരു ഭാവത്തിൽ തുടരുന്നു.

ആരോഗ്യമുള്ളപ്പോൾ ആനന്ദത്തോടെ ഒരുദിവസം പാർക്കാൻ സാധിക്കാത്ത, നമ്മൾ പണികഴിച്ച വലിയ വീടുകളിലേക്ക് ഒടുവിൽ നമ്മൾ ചെന്നെത്തുമ്പോൾ അതു വീതം വെയ്ക്കാനുള്ള തിരക്കിലാവും ബന്ധുക്കൾ. എല്ലായിടത്തും സംഭാവന കൈയ്യയച്ച് ചെയ്യണം. ഇല്ലെങ്കിൽ വീട്ടുകാർക്കു മാനക്കേട്. ഇത്തരം മാനക്കേടുകൾ മാറ്റിമാറ്റി, നമ്മൾ കൂടുതൽ കടക്കെണിയിൽ കുരുങ്ങിയത്, ആത്മഹത്യ ചെയ്യാൻ തുനിഞ്ഞത്, ജയിലിൽപ്പോലും പെട്ടു പോയത്, ഏത് ജോലിയും ജീവൻ പണയം വച്ചും ചെയ്യാൻ തയ്യാറായത് ആർക്കു വേണ്ടി? ഇപ്പോൾ ചിന്തിക്കാം. ഒന്നു മനസിലാക്കാം, ജീവിതം ഒന്നേയുള്ളൂ. അത് മറ്റാരെയെങ്കിലും ബോധ്യപ്പെടുത്തി ജീവിച്ച് നരകിച്ചു മരിക്കാനുള്ളതല്ല. സ്വന്തം മനഃസാക്ഷിയിലേക്ക് ഒന്ന് തിരിഞ്ഞു നോക്കൂ. നമ്മൾ പണം മാത്രം ലക്ഷ്യമിടുമ്പോൾ (അതും കുടുംബത്തിനായി) നമുക്കു ചുറ്റുമുള്ളവരും അതുമാത്രം ലക്ഷ്യമിടും. ആ മുൻഗണന മാറ്റാം.

നമുക്കും ജീവിതത്തിന്റെ ചെറു സന്തോഷങ്ങൾ ആവശ്യമുണ്ടെന്നു സ്വയം നിശ്ചയിക്കുക. സ്വന്തം പരിമിതികൾ വീട്ടുകാരെ ബോധ്യപ്പെടുത്തുക. പൊങ്ങച്ചം സ്വയം നശിപ്പിക്കുമെന്ന് മനസിലാക്കുക. എന്നിട്ട്, ഇനിയെങ്കിലും അവനവനു വേണ്ടി കൂടി ജീവിക്കാൻ പഠിക്കുക.

OO

2

ഔദ് മേത്തയിൽ (ദുബായ്) നിന്നും

കേരള തലസ്ഥാനത്തു ട്രിപ്പിൾ ലോക്ക്ഡൗൺ. സമൂഹവ്യാപന മെന്നു സംശയം... (വാർത്ത)! സംശയം ആർക്കാണെന്നാണ് എനിക്കു സംശയം! ഇതൊക്കെ കാണുമ്പോൾ ചിരിക്കണോ കര യണോ എന്നുമാത്രം പിടി കിട്ടുന്നില്ല.

പണ്ട്, ഒളിംപിക്സ് നടക്കുമ്പോൾ മെഡൽ നില നോക്കിയിരു ന്ന കാലമാണ് ഓർമ വരുന്നത്. യു. എസ്, ചൈന, റഷ്യ, ഫ്രാൻസ്, ജപ്പാൻ, യു.കെ അങ്ങനെതുടങ്ങി മത്സരം തീരുന്നതിന്റെ പിറ്റേന്ന ത്തെ ലിസ്റ്റിന്റെ ഏറ്റവും അടിയിൽ, പ്രൈവറ്റു ബസ്സിന്റെ പിന്നിലെ ഏണിയിൽ തൂങ്ങിക്കിടക്കുന്ന യാത്രക്കാരനെപ്പോലെ ഒരു വെങ്ക ലവുമായി നമ്മളും കാണും. എന്നാൽ പിന്നീട് സ്ഥിതി അല്പംമാ റി. ഒരു സ്വർണ്ണവും ചില്ലറ വെള്ളിയുമൊക്കെ ധൈര്യമായി ഉറപ്പി ക്കാമെന്നായി. ഏതാണ്ട് അതുപോലെയാണ് ലോകത്തു കൊറോ ണ, വേട്ട തുടങ്ങിയപ്പോഴും നമ്മൾ കണ്ടത്. ഇറ്റലി, ഫ്രാൻസ്, ജർ മ്മനി, ബ്രസീൽ, യു.എസ് ഒക്കെക്കഴിഞ്ഞ് താഴെ നമ്മൾ നെഞ്ചും വിരിച്ചു നിന്നിരുന്നു. പക്ഷേ, പറഞ്ഞു തീരുംമുമ്പ് കാര്യങ്ങൾ തല കീഴായി. ഇപ്പോൾ ലോകത്തു മൂന്നാമതായിരിക്കുന്നു. അതു നാട്ടി ലെ കാര്യം. പ്രവാസികളോ? ജീവിക്കാൻ ജോലി വേണം. അതി ല്ലാതെ ജീവിച്ചിട്ടെന്തു കാര്യം? അപ്പോൾ....അപ്പോൾ, ജീവിക്കുക തന്നെ. അല്ലാതെന്ത്? ഒരു കുബ്ബൂസും, സവാളയും, ഒരു പച്ചമുള കും ... ഇത്തിരി തൈരിലും ജീവിതത്തിന്റെ നിർണ്ണായകഘട്ടങ്ങൾ താണ്ടിയവർക്കു എന്തു കൊറോണ, എന്തു കോവിഡ്, എന്ത് ലോക്ക് ഡൗൺ?

സത്യത്തിൽ നമ്മൾ കൊറോണയെ വെറുക്കരുത്. ജീവിതത്തി ന്റെ പച്ചയായ സത്യങ്ങൾ നമുക്കു കാണിച്ചുതരുന്നുണ്ട് കൊറോ ണപ്പേടി. ജീവിതകാലം മുഴുവൻ കഷ്ടപ്പെട്ട് ഉണ്ടാക്കിയ കാശ്

വാങ്ങിവെച്ച ബന്ധുക്കൾക്കു മുന്നിലേക്ക് എല്ലാം കൈവിട്ടു കയറി ച്ചെല്ലുമ്പോൾ ഇറക്കിവിടുവാൻ തയ്യാറായി നിൽക്കുന്ന അവരുടെ ആ നിൽപ്പില്ലേ, അത് സിനിമയിലല്ലാതെ നേരിട്ടു കാണിച്ചു തന്നി ല്ലേ? ജീവനിൽ ഭയം വരുമ്പോൾ മറ്റെല്ലാം അപ്രത്യക്ഷമാകുമെ ന്നും, പാടവും പറമ്പും മഴയും മഞ്ഞുമൊക്കെ കാശ് കയ്യിലുള്ള പ്പോൾ തോന്നുന്ന നൊസ്റ്റി ഓർമകൾക്കു മാത്രമേ ഗുണം ചെയ്യൂ എന്നും ചിലരെങ്കിലും തിരിച്ചറിഞ്ഞു കഴിഞ്ഞു! ദുഃഖങ്ങൾ ആർ ക്കും പകുത്തു നൽകാനാകില്ല എന്നും നമ്മൾ മനസിലാക്കിക്കഴി ഞ്ഞു.

ഒരു പരിവർത്തനത്തിന്റെ കാലമാണ് ഇനി. ജീവിതം കരുപ്പിടി പ്പിക്കുമ്പോൾ, മറ്റുള്ളവർ എന്തു ചിന്തിക്കുമെന്ന ചിന്തയിൽ നിന്നും പുറത്തുകടന്ന്, സ്വന്തം ജീവിതത്തെ സ്വയം വിലയിരുത്തി മുന്നേറണം എന്നു തിരിച്ചറിയാം. ആഡംബരത്തിനും മൂക്കുകയറി ടാം. അതു നാട്ടിലെ വീട്ടുകാരെ ബോധ്യപ്പെടുത്താം. ഏതൊരു പകർച്ചവ്യാധിയേയും പോലെ കൊറോണയുടേയും വീര്യം കുറ ഞ്ഞു വരുന്നതായി റിപ്പോർട്ടുകൾ... വേഗം പ്രതിരോധ മരുന്നും ഉണ്ടാകട്ടെ. നമുക്കു സ്വയം ചെയ്യാൻ ഏറെയുണ്ട്. മോർച്ചറിയുടെ മുന്നിൽ മരണങ്ങൾ കണ്ടു മനസു തകർന്ന ദിവസങ്ങൾ മറക്കാം. സ്വയം വിഷാദത്തിലേക്ക് ആഴ്ന്നുപോകാതെ കാക്കാം... ശരീരത്തി നും മനസിനും ഇമ്യൂണിറ്റി ഉണ്ടാക്കി എടുക്കാം. അതല്ലാതെ വേറെ വഴിയൊന്നുമില്ലല്ലോ!

എന്നാണിനി നാട്?

വീട്?.....വീഡിയോ കോളുകൾക്കു സ്വസ്തി...!

3

ജീവിതമാണു മുഖ്യം

'അവനെന്റെ മകനാണ്. എനിക്കവന്റെ ഫോട്ടോ എങ്കിലും ഒന്നയച്ചു തരൂ...' വൃദ്ധയായ ഒരമ്മയുടെ നെഞ്ചിലെ കനലു വീണ വാക്കുകൾ....ചെറുപ്പക്കാരനായ മകന്റെ ജീവിതം ഭദ്രമാക്കുവാനാണ് ആ അച്ഛനും അമ്മയും വിദേശത്തേക്കയച്ചത്. എന്നാൽ കൊറോണ പ്രഭാവത്തിൽ ജോലി നഷ്ടമായവരിൽ അവനുമുണ്ടായിരുന്നു. ജീവിതത്തിൽ പ്രതിസന്ധികൾ ഉണ്ടാകാമെന്നും, അതു തരണം ചെയ്യേണ്ടി വരിക സ്വാഭാവികമാണെന്നും മനസിലാക്കുവാൻ അവനായില്ല. അവനെ ഒന്നു സമാധാനിപ്പിക്കുവാൻ മറ്റാർക്കും സാധിച്ചതുമില്ല. ഫലം, ഡിപ്രഷൻ ... പിന്നെ നിരാശയിൽ ദിവസങ്ങളോളം, ഭക്ഷണമില്ലാത്ത മദ്യപാനം. ഒടുവിൽ അത്യാസന്ന നിലയിൽ ആശുപത്രിയിൽ.

ഇതൊരു കല്പിതകഥയല്ല. യാഥാർത്ഥ്യമാണ്. അല്പം വേദന നിറഞ്ഞ യാഥാർത്ഥ്യം. ഗൾഫ് ജീവിതത്തിലേക്കു കടന്നു വരുന്ന ഓരോരുത്തരും ഒരിക്കലെങ്കിലും തൊഴിൽ രഹിതനാകുന്നുണ്ട്. ഒരു തൊഴിൽ നഷ്ടമാകുമ്പോൾ ഒപ്പം നഷ്ടമാകുന്ന കുറേക്കാര്യങ്ങളുണ്ട്. ഒന്നാമതായി സ്വന്തം ജീവിതം എങ്ങനെ മുന്നോട്ടു കൊണ്ടു പോകണം എന്ന പ്രശ്നം, രണ്ടാമതായി തന്നെ ആശ്രയിച്ചു നാട്ടിൽ ജീവിക്കുന്നവർ എങ്ങനെ കഴിഞ്ഞുകൂടുമെന്നത്. പിന്നാലെ ലോണുകളുടെ, തിരിച്ചടവുകളുടെ ഭീതിപ്പെടുത്തുന്ന കണക്കുകളാണ്. രണ്ടു രീതിയിലാണു മനുഷ്യർ ഇതു നേരിടുക. ഒരു കൂട്ടർ, അടുത്ത ജോലിക്കായുള്ള പ്രതീക്ഷ കൈവിടാത്ത നിരന്തര ശ്രമത്തിൽ മുഴുകും. വളരെ ബുദ്ധിമുട്ടേറിയ ഒരു കാലഘട്ടമാകുമത്. നിരന്തരം പിന്തള്ളപ്പെട്ടന്നിരിക്കും. ഒരു 'യെസ്' കിട്ടാൻ അത്രയധികം ക്ഷമ വേണ്ടിവന്നെന്നിരിക്കും, ചുറ്റും ലോകം തിരക്കിട്ടു പായുമ്പോൾ സ്വയം ഒന്നും ചെയ്യാൻ സാധിക്കാതെ നിൽ

ക്കുന്നത് മരണത്തിനു തുല്യമായി അനുഭവപ്പെടാം. കൂടെയുള്ളവരുടെ പരിഗണനന അവസാനിക്കുന്നത് കണ്ടുനിൽക്കാം. എന്നാൽ ആ കാത്തിരിപ്പിനൊടുവിൽ ഒരു അനുകൂലമറുപടി നമുക്കായി മറഞ്ഞിരിക്കുന്നുണ്ടാവുമെന്നതാണു സത്യം. ഇനി രണ്ടാമത്തെ കൂട്ടർ, അവർ പരാജയത്തിന്റെ ആദ്യ നാളിൽത്തന്നെ സ്വയം തകരും. ഒരു 'നോ' പോലും താങ്ങാൻ അശക്തരാണവർ. ഒരു നിരാകരിക്കൽ പോലും അവർക്കു സഹിക്കുവാനാകില്ല. അവർ ഒന്നുകിൽ സ്വയം ജീവനെടുക്കും അല്ലെങ്കിൽ ലഹരിയിൽ അഭയം തേടും. രണ്ടും ഒരർത്ഥത്തിൽ മരണം തന്നെ.

ഇപ്പോൾ കരാമയിലെ ജനമൊഴുകുന്ന വഴികളിലൂടെ നടന്നു മറയുന്നവരിൽ, എല്ലാം നഷ്ടമായെന്നു ചിന്തിക്കുന്നവരും, ഇനിയും വരും വസന്തമെന്നു കരുതുന്നവരുമുണ്ടാകും. എനിക്കുമുണ്ട് മാസങ്ങളോളം ആരോടും മിണ്ടാതെ ഒരു മുറിയിൽ, തൊഴിൽ രഹിതനായിക്കഴിയേണ്ടിവന്ന നാളുകളുടെ ഓർമ്മകൾ. അതും രണ്ടും മൂന്നും തവണകൾ!

എന്താണു നിരാശയിൽ നിന്നും പുറത്തു കടക്കുവാനുള്ള മാർഗം? ആരോടെങ്കിലും മനസു തുറക്കുവാൻ ശ്രമിക്കാം, പരാജയബോധവും നിരാശയും മറികടക്കുവാൻ ഒരു സുഹൃത്തിന്റെ ആത്മാർത്ഥമായ ഇടപെടലിനു സാധിക്കും. സന്നദ്ധ സംഘടനകൾക്കും പ്രവർത്തകർക്കും ഏറെ ചെയ്യുവാനുണ്ട് ഈ മേഖലയിലും. തൊട്ടടുത്ത്, തൊഴിൽ നഷ്ടമായ ഒരാളോട് അയാൾ പറയുന്നതു കേട്ടിരിക്കുവാൻ അല്പസമയം നൽകുവാനാകുമോ? ഒരു പബ്ലിക് ഫങ്ഷനല്ലാതെ, തികച്ചും നിശ്ശബ്ദമായ ഒരു പ്രവർത്തനം....

മനുഷ്യർ നിശ്ശബ്ദമായി മരണത്തെ വരിക്കാനൊരുങ്ങുമ്പോൾ, അവർക്കു മുന്നിൽ സ്വയം നിശ്ശബ്ദനായി, ഒരു കേൾവിക്കാരനാകുവാനായാൽ....

മരണം, ജീവിതത്തിനു വഴിമാറിക്കൊടുക്കും.

○○

4

സാധ്യതകളുടെ കോവിഡാനന്തര കാലം

'സത്യം പറഞ്ഞാൽ അനിലേ നമ്മൾ ഭയങ്കര മടിയന്മാരാ അല്ലേ? കുറുക്കുവഴിയിലൂടെ പെട്ടെന്നു പ്രാരബ്ദം തീർക്കാമെന്നു കരുതുന്ന മണ്ടന്മാർ. നാട്ടിലെ പതിനായിരത്തിലധികം രൂപയാ നമ്മളീ 'ബിഗ് ടിക്കറ്റിനു' വേണ്ടി ഓരോ പ്രാവശ്യവും പൊടിക്കുന്നത്. എന്നിട്ട് വല്ലതും അടിക്കുമോ അതുമില്ല.' മറുപുറത്ത് ഫോൺ കട്ടായി!

നാട്ടിൽ സൈക്കിളിൽ മെഗാ ഫോൺ കെട്ടിവെച്ച്, നാളെയാണ് നാളെയാണ് നാളെയാണ് നറുക്കെടുപ്പ് എന്നു വിളിച്ചു പറഞ്ഞു കൊണ്ടുപോയിരുന്ന, ഭാഗ്യദേവതയുടെ ഏജന്റുമാർ ജീവിതം കൂട്ടിമുട്ടിക്കാൻ വിൽക്കുന്ന ഭാഗ്യക്കുറിയുടെ കാര്യമല്ല, നമ്മുടെ സ്വന്തം ബിഗ് ടിക്കറ്റിനെക്കുറിച്ചാണു പറയുന്നത്. ഈ മോഹിപ്പിക്കുന്ന ഓൺലൈൻ ലോട്ടറിയുടെ പിന്നാലെ സ്ഥിരമായി പായുന്ന, എന്നാൽ ഭാഗ്യദേവതയുടെ ദൃഷ്ടി ഒരിക്കലും പതിയാത്ത കുറേ മനുഷ്യർ ഇവിടെയുണ്ട്. ഒന്നും രണ്ടും പേരല്ല, ലക്ഷക്കണക്കിന് ആളുകൾ ഒറ്റയ്ക്കും കൂട്ടായും ഭാഗ്യം പരീക്ഷിക്കുന്നു. ഓരോ വട്ടവും പ്രതീക്ഷയുടെ പരകോടിയിൽ സ്വപ്നങ്ങളിൽ ജീവിക്കുകയും, നറുക്കെടുപ്പിനു ശേഷം ഭാഗ്യവാന്മാരുടെ ചിരിക്കുന്ന ചിത്രങ്ങളച്ചടിച്ച മാധ്യമവാർത്തകൾ കണ്ട് നെടുവീർപ്പിടുകയും വീണ്ടും, പുതിയ മോഹിപ്പിക്കുന്ന തുക സമ്മാനമെന്ന പരസ്യം കാണുമ്പോൾ ഭാഗ്യപരീക്ഷണത്തിനൊരുങ്ങുകയും ചെയ്യുന്നവർ.

ഭാഗ്യപരീക്ഷണത്തിനായി ഒന്നുചേർന്നു ടിക്കറ്റെടുക്കാം എന്നു ചിന്തിക്കാൻ നമുക്കു കഴിയുമെങ്കിൽ, ഭാഗ്യദേവത നേരായ വഴിയിൽ നമ്മുടെ അടുത്തേക്കു വരുവാനും വഴിയുണ്ട്. നമ്മളിൽ തൊഴിൽനഷ്ടം കൊണ്ടും ഇനി, മതി പ്രവാസ ജീവിതമെന്നു ചിന്തിച്ചും നാട്ടിലേക്കു മടങ്ങാൻ തയ്യാറെടുക്കുന്ന അനേകായിരങ്ങളൊന്നു

മാറി ചിന്തിക്കാൻ തീരുമാനിച്ചാലോ? അതായത്, നാട്ടിൽ തിരികെ ചെല്ലുമ്പോൾ എന്തു ചെയ്യും എന്ന ചിന്തക്ക് ഇവിടെ നിന്നേ ഒരു പരിഹാരം കണ്ടെത്തി, പ്രത്യാശയുള്ള ജീവിതം തുടരുവാൻ ആത്മവിശ്വാസമുള്ളവരായി മടങ്ങുവാനായാൽ?

നമ്മൾ പ്രവാസികൾ എന്തിനുമേതിനും സംഘടനകൾ ഉണ്ടാക്കുന്നവരാണ്. വാർഡ് അടിസ്ഥാനത്തിൽപ്പോലും സംഘടനകൾ നമുക്കുണ്ട്. പ്രധാനമായും ഒരു ഓണാഘോഷം സംഘടിപ്പിക്കലിൽ മിക്ക സംഘടനകളുടേയും പ്രവർത്തനം പരിമിതപ്പെട്ടു പോകുന്നുമുണ്ട്. ഇവിടെയാണ് നമുക്ക് മാറി ചിന്തിക്കാനുള്ളത്.

കൊറോണ കവർന്നെടുത്ത ഗൾഫ് മേഖലയിലെ തൊഴിൽ സാധ്യതകൾ ഏതാണ്ട് 32% എന്ന് കണക്കുകൾ പറയുന്നു. കൂടാതെ ഇവിടെ നിന്നും കേരളത്തിലേക്കുള്ള പണത്തിന്റെ ഒഴുക്കിൽ 35% വരെ കുറവുണ്ടാകുമെന്നും സൂചനകൾ. പുതിയ ജോലി തേടുന്നവരുടെ കാത്തിരിപ്പിന്റെ ദൈർഘ്യം കൂടുന്നുമുണ്ട്. ശമ്പളം വൈകൽ, വെട്ടിക്കുറയ്ക്കൽ തുടങ്ങിയ പ്രശ്നങ്ങൾ നേരിടുന്നവർ വേറെയും.

പ്രതികൂല ഘടകങ്ങൾക്കിടയിലും പ്രത്യാശയുടെ കിരണങ്ങൾ തീരെ അസ്തമിച്ചിട്ടില്ല. ഗൾഫിൽ ടെക്നിക്കൽ ജോലി ചെയ്യുന്നവർ ഭൂരിപക്ഷവും തൊഴിൽപരിചയമുള്ളവരും ആ രംഗത്ത് നൈപുണ്യം തെളിയിച്ചവരുമാണ്. മോഡേൺ ടെക്നോളജിയെക്കുറിച്ചുള്ള അവബോധം, പുത്തൻ ഉപകരണങ്ങൾ പ്രയോഗിക്കുവാനുള്ള വൈദഗ്ധ്യം തുടങ്ങിയവ നമുക്കുണ്ട്. ഒരു സ്ഥലത്തുള്ള, വിവിധ മേഖലകളിൽ വൈദഗ്ധ്യമുള്ളവർ ഒരു കൂട്ടായ്മ ഉണ്ടാക്കുക. അതിനായി വേണ്ടത് ഒരു ആൻഡ്രോയിഡ് മൊബൈൽ മാത്രമാണ്. ഉദാഹരണത്തിന് ഒരാൾക്കു പ്ലംബിങ് ജോലിയിലാണ് വൈദഗ്ധ്യമുള്ളതെങ്കിൽ, അയാളുടെ നാട്ടിൽ തന്നെയുള്ള ഇലക്ട്രിക്കൽ ജോലി അറിയുന്ന മറ്റൊരാൾ, അങ്ങനെ ഓരോ വിഭാഗത്തിലുമുള്ളവർ ചേർന്ന് ഒരു വാട്സ് ആപ്പ് ഗ്രൂപ്പുണ്ടാക്കുക. മാസം തോറും ഒരു ചെറിയ തുക എല്ലാവരും ചേർന്ന് പിരിച്ചെടുക്കുക. ഓഫ് ഡേയിൽ ഷെയറിട്ടു മദ്യം വാങ്ങാൻ ചെലവാക്കുന്നതിൽ ഒരു പങ്ക് മാറ്റി വയ്ക്കുക എന്നും പറയാം. ഇതു നാട്ടിൽ ചെന്നാൽ മൂലധനമായി ഉപയോഗിക്കാം. കൂടാതെ നാട്ടിലേക്കു മടങ്ങുമ്പോൾ മറക്കാതെ ഒരു നല്ല ടൂൾകിറ്റും വാങ്ങാം. നാട്ടിൽ ഒരു സ്ഥാപനം തുടങ്ങേണ്ട ആവശ്യം പോലുമില്ല. വാട്സ്ആപ്പ് നമ്പർ മാത്രം മതിയാവും. ആരുടേയും കീഴിൽ ജോലി ചെയ്യണ്ട, വരുമാനവും

വരും. ഇത്തരത്തിൽ ചെറു കൂട്ടം ഇവിടുന്ന് തന്നെ ആരംഭിച്ച്, നാട്ടിലെത്തി, ഒരു സംഘമായി രൂപീകരിച്ചോ അല്ലാതെയോ പ്രവർത്തിക്കാം. ബംഗാളികൾ എന്ന് ഓമനപ്പേരിട്ടു വിളിച്ചിരുന്ന ഉത്തരേന്ത്യൻ തൊഴിലാളികൾ നല്ലൊരു പങ്ക് തിരികെ മടങ്ങിയിരിക്കുന്നു. അവർ സൃഷ്ടിച്ച ഒരു ശൂന്യത നികത്തപ്പെടാതെയുണ്ട്. ഇത് പ്രതിസന്ധിയെന്നു കരുതുന്നതിലും നല്ലത് അവസരമെന്നു ചിന്തിക്കുന്നതാണ്. വിദഗ്ധ തൊഴിലാളികൾ എന്നും സമൂഹത്തിന് മുതൽക്കൂട്ടാണ്.

ഇവിടെ, ഈ കടുത്ത ചൂടിൽ ഒരു മുറിയിൽ എട്ടും പത്തും പേർ ഉണ്ടുറങ്ങുന്നില്ലേ? ഇണക്കവും പിണക്കവുമായി ഈ ചെറു കൂട്ടത്തിൽ ഗാഢ സൗഹൃദങ്ങൾ രൂപപ്പെടുന്നില്ലേ? അതല്ലാതെ തന്നെ കരാമയിലെ റോഡരികിലോ ഷാർജയിലെ ഷോപ്പിങ് മാളിലോ വച്ചു ഒരു നാട്ടുകാരനെ കാണുമ്പോൾ അറിയാതൊരു സന്തോഷം ഉള്ളിൽ നിറയുന്നില്ലേ? അതിനാൽ ഒരു കൂട്ടം വിദഗ്ദ്ധതൊഴിൽ അറിയുന്നവരുടെ കൂട്ടായ്മ ഉണ്ടാക്കുവാൻ വിഷമമില്ല.

സാമ്പത്തിക കാര്യങ്ങളിൽ കൃത്യമായ അച്ചടക്കം പുലർത്തുകയും, ചെയ്യുന്ന തൊഴിലിനോട് അർപ്പണബോധം ഉണ്ടാവുകയും ചെയ്താൽ പിന്നെ തിരിഞ്ഞു നോക്കേണ്ടി വരില്ല. കൂടാതെ ഇത്തരം കാര്യങ്ങളിൽ വിദഗ്ദ്ധ ഉപദേശങ്ങൾ നൽകാൻ സാധിക്കുന്നവർ പ്രവാസികൾക്കിടയിലുമുണ്ട്, നാട്ടിലുമുണ്ട്. നോർക്ക ഉൾപ്പെടെയുള്ള ഏജൻസികൾ നാട്ടിൽ പ്രവാസികൾക്കായി പല പദ്ധതികൾക്കും രൂപം കൊടുത്തിട്ടുണ്ട്. ഇവിടെത്തന്നെ ഈ വിഷയത്തിൽ അറിവുള്ളവർ കൂടി മുന്നിട്ടിറങ്ങിയാൽ കാര്യങ്ങൾ ഒന്നുകൂടി ഉഷാറാക്കാം.

പ്രതിസന്ധി എന്നുമുണ്ട്. അതിൽ തളരാതിരിക്കുന്നതാണ് പ്രധാനം. നാട്ടിലെത്തിയാൽ അവിടെ ചെറുപ്പക്കാർക്കു പരിശീലനം നൽകാനും നമുക്കു സാധിക്കും. സാധ്യതകൾ ഒന്നല്ല, അനേകമാണ്. ചില ചെറിയ രാഷ്ട്രീയ സംഘടനകൾ ഒഴിച്ചാൽ ഇന്നും നാട്ടിൽ പ്രവാസികൾ അസംഘടിതരാണ്. അതു തന്നെയാണ് നമ്മുടെ ശാപവും. അതിനൊരു മാറ്റവുമാകട്ടെ. നാട്ടിലേക്കു മടങ്ങേണ്ടതു തലകുനിച്ചാകരുത്.

ദുബായ് വീണ്ടും പഴയ നാളുകളിലേക്കു മടങ്ങുകയാണ്. വ്യാപാര സ്ഥാപനങ്ങളും ഓഫീസ്സുകളും പാർക്കുകളും മാളുകളും മറ്റും തുറന്നു കഴിഞ്ഞു. ഭരണാധികാരികളുടെ ദീർഘവീക്ഷണമുള്ള നിലപാടുകളും, നിയമങ്ങൾ കർശനമായി പാലിക്കേണ്ടതാണെ

ന്ന ബോധ്യമുള്ള ജനങ്ങളും ചേർന്നു പ്രവർത്തിച്ചപ്പോൾ കോവിഡ് ഭീതി ഏറെക്കുറെ ഒഴിഞ്ഞു നിൽക്കുന്നു.

മഹാവ്യാധിയുടെ വ്യാപനത്തിൽ കുലുങ്ങാതെ നിന്നവരാണു നമ്മൾ, പ്രിയപ്പെട്ടവരിൽ നിന്നുമകന്നു നമ്മൾ താണ്ടിയത് ജീവിതത്തിലെ കനൽവഴികളാണ്. ഇനി ജീവിതം പ്രത്യാശയുടേതാകട്ടെ. തിരികെ ചെല്ലുമ്പോഴും ചുണ്ടിലൊരു ചെറുപുഞ്ചിരി നമുക്കു സൂക്ഷിക്കുവാനാകണം, ആത്മവിശ്വാസത്തിന്റെ പുഞ്ചിരി.

5
പെയ്തൊഴിയാതെ

കോവിഡ് വാർഡുകളിൽ രോഗികൾ നിറഞ്ഞ സമയം. അവിടെ ക്ലീനിങ് സ്റ്റാഫിന്റെ ഇൻസ്പെക്ഷനും കഴിഞ്ഞു മടങ്ങുമ്പോൾ ഒരു കോണിൽ നിന്നും അടക്കം പറച്ചിൽ! തിരിഞ്ഞു നോക്കുമ്പോൾ പുതിയ റിക്രൂട്ട്മെൻറിൽ വന്ന ഒരു ക്ളീനറാണ്, ഒപ്പം അവളുടെ കൂട്ടുകാരനും. എന്നെ കണ്ടതും രണ്ടുപേരും രണ്ടുവഴിക്ക് നടന്നു മാറി. അതുകണ്ട് എന്നോടൊപ്പം വന്ന അവരുടെ സൂപ്പർവൈസർ പറഞ്ഞു, 'കഷ്ടമാണു സാർ ഇവരുടെ കാര്യങ്ങൾ. ഒരു ലക്ഷം നേപ്പാളി രൂപ ഏജന്റിനു കൊടുത്തിട്ടാണ് ഈ പാവങ്ങൾ ഇവിടെ ത്തുന്നത്. രണ്ടു വർഷം ജോലി ചെയ്തു മിച്ചം പിടിച്ചാൽപ്പോലും ആ തുക ഉണ്ടാക്കാൻ പറ്റില്ല. പിന്നെ ഒരു ജോലിയുണ്ടെന്നതു മാത്രമാണ് ആശ്വാസം.' നേപ്പാളി കലർന്ന ഹിന്ദിയിലെ ആ വർത്തമാനത്തിൽ നിന്നും എനിക്കു മനസിലായത് അത്ര മാത്രം.

ഒന്നു പുഞ്ചിരിച്ച്, ആർക്കാണു പ്രശ്നങ്ങൾക്കു കുറവെന്നുമാത്രം ചിന്തിച്ചു ക്യാബിനിലെത്തി മെയിൽ ചെക്കു ചെയ്യുമ്പോൾ, കോവിഡ് പ്രതിസന്ധിയിൽ ജീവനക്കാരെ കുറയ്ക്കുക എന്ന കടുത്ത തീരുമാനമെടുക്കേണ്ടതായി വന്നിരിക്കുന്നുവെന്നും, പുതിയ റിക്രൂട്ട്മെന്റിലെ ഭൂരിപക്ഷത്തിനും ജോലി നഷ്ടമായേക്കുമെന്നുള്ള ഡയറക്ടറുടെ പുതിയ മെയിൽ. ഒരു നിമിഷം, ഒരു കൊടുങ്കാറ്റിനു മുൻപുള്ള അസുഖകരമായ മൗനത്തിലൂടെ മനസ്സ് കടന്നുപോയി. ഇപ്പോൾ ചിരിക്കുന്ന പല മുഖങ്ങളിലും ഉരുണ്ടുകൂടാനൊരുങ്ങുന്ന കാർമേഘത്തെ എനിക്കു കാണാതെ കാണാനാകും!

ഒന്നുണ്ട്, മനുഷ്യനു നിലനിൽക്കാൻ തൊഴിലും അതുവഴി വരുമാനവും ഉണ്ടാകണം. അതിനെ ആശ്രയിക്കുന്നത് മിക്കപ്പോഴും ഒരാൾ മാത്രമായിരിക്കില്ല. കുടുംബാംഗങ്ങളിൽ വരുമാനമില്ലാത്ത ഓരോരുത്തരും ആ ഒരാളുടെ വരുമാനത്തെ ആശ്രയിച്ചാണ് ജീവി

ത സ്വപ്നങ്ങൾ നെയ്യുക. ജോലി കിട്ടിയാൽ, ആ ദിവസം മുതൽ സ്വപ്നങ്ങളും നെയ്തു തുടങ്ങുകയായി. ഒരു എട്ടുകാലി എത്ര ഭംഗിയായി വല നെയ്യുന്നുവോ അതിനേക്കാൾ ജാഗ്രതയോടെയാണ് നാം ഭാവി ജീവിതത്തെക്കുറിച്ചുള്ള സ്വപ്നങ്ങൾ നെയ്യുക. ആ സ്വപ്നങ്ങളുടെ വലക്കണ്ണികളാണ് ഒരാളുടെ ടെർമിനേഷൻ ലെറ്റർ ടൈപ്പു ചെയ്തു മുന്നേറുമ്പോൾ അറുത്തുമാറ്റുന്നത്. ലെറ്റർ ഡ്രാഫ്റ്റ് ചെയ്തു കഴിഞ്ഞു, ഭാവിജീവിതം മറ്റെവിടെയെങ്കിലും കരുപ്പിടിപ്പിക്കൂ എന്ന ക്രൂരമായ തമാശ പറഞ്ഞുകൊണ്ട് സെറ്റിൽ ചെയ്തു വിടണം. മേലധികാരിയുടെ ജോലിയുടെ ഭാഗമാണത്. ഒരു വ്യക്തിയുടെ നിലനിൽപ്പിനേക്കാൾ സ്ഥാപനത്തിന്റെ നിലനിൽപ്പാണ് പ്രധാനമാണെ ചിന്ത മറ്റെല്ലാത്തിനും വഴി മാറുകയാണ്. അതുവരെയില്ലാത്ത ഗൗരവത്തിന്റെ കനത്ത മുഖംമൂടി അണിഞ്ഞു, പതറാത്ത ശബ്ദത്തിൽ, ഒരു കുടുംബത്തിന്റെയാകെ സ്വപ്നങ്ങൾക്കു മേൽ കറുത്ത ചായം കോരി ഒഴിക്കുകയാണ്. 'ഓൾ ദി ബെസ്റ്റ്' എന്ന ഭംഗിവാക്കുകൾ കൂടി വേണ്ടിവരും ആ കൂടിക്കാഴ്ച അവസാനിപ്പിക്കുവാൻ. അവൻ അല്ലെങ്കിൽ അവൾ മുറിയിൽ നിന്നു തല കുനിച്ചിറങ്ങിപ്പോകുംവരെ മനസ്സ് കാരിരുമ്പാക്കണം.

ഓരോ ടെർമിനേഷൻ നൽകലിനു മുൻപും ഒരു കുറ്റവാളിയെപ്പോലെ കുനിഞ്ഞിരുന്നു ഞാൻ വേദനിച്ചിട്ടുണ്ട്. അന്നത്തെ ആ വെട്ടിക്കുറയ്ക്കലിൽ അവളുടെ പേരും ഉൾപ്പെട്ടിരുന്നുവെന്നു ഞാനറിയുന്നത് ഒരു 'സർ പ്ലീസ്...' ശബ്ദമായി അവൾ മുന്നിൽ വന്നു നിന്നപ്പോഴാണ്. നിസ്സഹായത നിറഞ്ഞ എന്റെ മുഖമവൾ കാണരുത്. ദയയുടെ കണികപോലും മുഖത്തേക്കു കടന്നു വരരുത്. ഇതിനു മുൻപു പോയവർക്കും, ഇനി പോകേണ്ടി വരുന്നവർക്കുമിടയിലെ ഒരു പേരു മാത്രമാണവൾ. എന്റെ മുഖത്തെ നിർവ്വികാരതയിൽ അവളുടെ മനസ്സ് തകരണം. ആ തകർച്ച അവൾ മറികടക്കണം. ആ ഉയർത്തെഴുന്നേൽപ്പ് വേണം അവളെ ഇനിയുള്ള ജീവിതത്തിൽ മുന്നോട്ടു നയിക്കേണ്ടത്.

ഇതും ജീവിത യുദ്ധത്തിന്റെ ഭാഗം തന്നെ!

അന്ന് ആ ടെർമിനേഷൻ ലെറ്റർ കിട്ടിയ ശേഷം, മുറിയിൽ നിന്നിറങ്ങിപ്പോകുമ്പോഴത്തെ അവളുടെ കൂർത്ത നോട്ടം.... അത് നെഞ്ചിൽ കുത്തിത്തറച്ചു നിൽപ്പുണ്ടിപ്പോഴും!

ഒരേ സമയം ജോലിക്കാർക്കായി നെട്ടോട്ടം, അതേസമയം, പല കാരണങ്ങളാലും നമ്മൾ തന്നെ അവരെ പിരിച്ചുവിടേണ്ടി വരുന്ന അവസ്ഥ! ജോലി നഷ്ടപ്പെട്ടവരുടെ, ശമ്പളം വെട്ടിക്കുറയ്

ക്കപ്പെട്ടവരുടെ, ശമ്പളമില്ലാതെ ജോലി ചെയ്യേണ്ടി വരുന്നവരുടെ യൊക്കെ സങ്കടങ്ങൾ നമ്മൾ കാണുന്നുണ്ട്. പക്ഷേ, ഒരാളുടെ ജോലി നമ്മൾ ഇല്ലാതാക്കുമ്പോഴോ? ഒരു ആരാച്ചാരുടെ റോൾ ഏറ്റെടുക്കുന്ന അവസ്ഥ. അതും ജോലിയുടെ ഭാഗമാകുമ്പോൾ ഉള്ളിലുയരുന്ന ആത്മഃസംഘർഷം...

കോവിഡ് 19 സൃഷ്ടിച്ച ആഗോള പ്രതിസന്ധിയിൽ നിർബന്ധിത പിരിച്ചുവിടലുകളും മേലധികാരികളുടെ ജോലിയുടെ ഭാഗമായി മാറുന്നു. 10% ജീവനക്കാരെ പിരിച്ചുവിടാം എന്നൊരു തീരുമാനമെടുത്താൽ, ആ ശതമാനത്തിൽ പെട്ടു പോകുന്നതാരാകുമെന്നത്, അല്ലെങ്കിൽ ആരെപ്പെടുത്തണമെന്നത് ജോലിയുടെ ഭാഗമായി മാറുകയാണ്.

എങ്കിലും ഒരു പ്രതീക്ഷ ഞാൻ ഉള്ളിലൊളിപ്പിച്ചിട്ടുണ്ട്. നമ്മുടെ കൈകളാൽ സ്വപ്നം നഷ്ടപ്പെട്ടവർ, പതറാതെ മറ്റൊരു തൊഴിൽ കണ്ടെത്തി, വീണ്ടും സന്തോഷത്തോടെ ജീവിതത്തിൽ മുന്നേറുന്നത് കാണണം. ഒരു പ്രതികാരഭാവം ഉള്ളിലൊളിപ്പിച്ചിട്ടായാൽപ്പോലും അവർ മുന്നിൽ വന്നു ഹായ് പറഞ്ഞ് ചിരിക്കണം. മറ്റൊന്നിനുമല്ല, അവർക്കൊപ്പം സ്വയമൊന്നു ജയിക്കാൻ, ഉള്ളിലെ കനലൊന്നു കെടുത്താൻ, അവരുടെ കണ്ണീർ കൊരുത്ത കൂർത്ത നോട്ടങ്ങൾ കവർന്നെടുത്ത എന്റെ വാക്കുകൾ എനിക്കു വീണ്ടെടുക്കാൻ, ഒന്നു പുഞ്ചിരിക്കാൻ...

6

ദുരിതങ്ങളുടെ പെരുമഴക്കാലം

വ്യാഴാഴ്ച ഉച്ചതിരിഞ്ഞാണ് ആ വിളി വന്നത്. കുറേക്കാലമാകുന്നു പരിചയക്കാരുടെ വീട്ടിലേക്കോ ബന്ധുക്കളുടെ വീട്ടിലേക്കോ, ബന്ധുക്കളേക്കാൾ വലിയ ബന്ധമുള്ള സുഹൃത്തുക്കളുടെ വീട്ടിലേക്കോ ഒക്കെ ഒന്നു പോയിട്ട്. താമസിക്കുന്ന മുറിയിൽ നിന്നും ജോലി ചെയ്യുന്ന ആശുപത്രിയിലേക്കുള്ള ദൂരത്തിലേക്കു ജീവിതം ചുരുങ്ങിയിരിക്കുന്നു. അപ്പോഴാണ് തികച്ചും അപ്രതീക്ഷിതമായ ആ വിളി വരുന്നത്. വിശേഷങ്ങൾ സംസാരിക്കവേ, ഏറെയൊന്നും ചിന്തിക്കാതെയാണ് ചോദിച്ചത്, എല്ലാവരേയും വന്നൊന്നു കണ്ടാലോന്ന്. പെട്ടന്ന് അപ്പുറത്തു നിന്നും മറുപടി വന്നു, വേണ്ട... അറിയാമല്ലോ വയ്യാത്ത ഒരാൾ വീട്ടിലുണ്ടെന്ന്. ഒരു നിമിഷത്തെ മൗനത്തിനു ശേഷം രണ്ടുപേരും ചിന്തിച്ചു, പറഞ്ഞത് എന്താണെന്ന്.

ഞാൻ ആശുപത്രിയിൽ ഏറ്റവും കൂടുതൽ സമയം ചിലവിടുന്ന വ്യക്തി. മറുഭാഗത്ത് എന്തെങ്കിലും തരത്തിലൊരു രോഗപ്പകർച്ച പ്രയാസം സൃഷ്ടിക്കുന്ന ആളും.

ആ മൗനം ഒരു തിരിച്ചറിവായി രണ്ടു പേർക്കും. കൊറോണക്കാലം ചില അറിവുകളുടേയും ശീലങ്ങളുടേയും പൊളിച്ചെഴുത്തിന്റെ കൂടി കാലമാണ്.

സ്നേഹം ഒരടിയല്ല, ഒരു മീറ്റർ ദൂരെ നിന്നു പ്രകടിപ്പിക്കുവാൻ നമ്മൾ ശീലിക്കേണ്ടിയിരിക്കുന്നു. മാസ്ക്ക് ജീവിതത്തിന്റെ ഭാഗമാക്കുവാനും. മൂക്കിലും കണ്ണിലും തൊടും മുൻപ് സാനിറ്റൈസർ ഉപയോഗിക്കുവാനുള്ള ശീലവും അത്യാവശ്യം. ഇങ്ങനെ ഒരു മാറ്റം മനുഷ്യരാശി പ്രതീക്ഷിച്ചതായിരുന്നോ ഏതെങ്കിലും ഒരു ഘട്ടത്തിൽ?

നമ്മൾ എന്നും ആഗ്രഹിച്ചത് പ്രിയപ്പെട്ടവർക്കൊപ്പം ജീവിക്കു

വാനാണ്. യാത്രകൾ ചെയ്യുവാനാണ്. ആകാശവും മഴയും കണ്ട് വെറുതേ സ്വപ്നം കാണുവാനാണ്. ഓരോ അവധി ദിവസങ്ങളിലും വാരാന്ത്യങ്ങളിലും പ്രിയപ്പെട്ട സുഹൃത്തുക്കൾക്കൊപ്പം കഥകൾ പറഞ്ഞു രാവു പകലാക്കുവാനാണ്. എന്നാലിന്നോ? ഒരു മുറിയിലെ മടുപ്പിക്കുന്ന നാലു ചുവരുകളുടെ തടവിൽ ഓരോ പ്രവാസിയും കാണുന്ന സ്വപ്നങ്ങളുടെ നിറം മങ്ങുന്നു.

കുടുംബങ്ങൾ ഏറ്റവും കൂടുതൽ സമയം ചിലവിട്ടിരുന്ന മറ്റൊരിടമാണ് ഷോപ്പിങ് മാളുകൾ. അവിടേയും പോകുമ്പോൾ പഴയതുപോലെയല്ല. അദൃശ്യമായ ആ ശത്രുവിനെ ഭയക്കുന്നുണ്ട് നമ്മൾ. ഒരു തിടുക്കമുണ്ട് ഉള്ളിൽ. തൊട്ടരികിൽ ഒരാൾ ചുമയ്ക്കുമ്പോൾ കരുതലിന്റെ ജാഗ്രത നമ്മളിൽ ഉയരുന്നുണ്ട്. കുട്ടികളെ ഗെയിമുകളിലേക്കു പറഞ്ഞു വിടാൻ ഭയമാണ്. ഫലം, കുട്ടികൾ വീട്ടിൽ ഒതുങ്ങിക്കൂടി, ക്ലാസും പഠിത്തവും ഹോംവർക്കും മാത്രമായി. കൂട്ടുകാരെ കണ്ടിട്ട് എത്ര കാലമായി? മിസ്... എന്നു പറഞ്ഞ് ഓടിച്ചെന്നു പ്രിയപ്പെട്ട ടീച്ചറെ ഒന്നു കെട്ടിപ്പിടിച്ചിട്ടു കാലമെത്രയായി. ഓടിക്കളിച്ചിട്ട് നാളെത്രയായി. അച്ഛൻ, അമ്മ പിന്നെ ടി.വി, മൊബൈൽ ഇതിനപ്പുറം ലോകമില്ലാത്തവിധം കുട്ടികൾ നിരാശരാകുന്നു. സാമ്പത്തിക വിഷമങ്ങൾ നേരിടുന്ന രക്ഷകർത്താക്കളുടെ സങ്കടം കുട്ടികളും കാണുന്നുണ്ട്, അവരുടെ മനസും വിങ്ങുന്നുണ്ട്. പക്ഷേ, എന്തു പറയാൻ? അവർ നിസ്സഹായരായാണ്.

പിറന്നാളുകൾ അമ്മ യുട്യൂബ് നോക്കി ഉണ്ടാക്കുന്ന ഓറിയോ കേക്കിൽ ഒതുങ്ങുന്നു! എന്തെല്ലാം സ്വപ്നങ്ങൾ, വർണ്ണത്തൊപ്പി, പുതിയ ഡ്രസ്, കൂട്ടുകാർ ചുറ്റും, അവർ നൽകുന്ന ഗിഫ്റ്റുകൾ.... ശരിക്കും, കുട്ടികളും വേദനിക്കുന്നുണ്ട്. കൂടുതൽ നേരം അവരുമായി കളിക്കുവാൻ സമയം കണ്ടെത്തണം അച്ഛനും അമ്മയും. പ്രവാസികളുടെ മക്കൾ നാലു ചുവരുകൾക്കുള്ളിലാണ്. ആ ഓർമ്മ നമുക്കു വേണം. മറ്റുള്ളവരുടെ കാര്യവും വ്യത്യസ്തമല്ല. അച്ഛൻ, അമ്മ, നാട്ടിലുള്ള ഭാര്യ, മക്കൾ അങ്ങനെ... അവരോടു കൂടുതൽ തുറന്നു സംസാരിക്കാം നമുക്ക്.

ഫോണുകളും ലാപ്പുകളും ബന്ധുക്കളെ വിളിക്കാനും കാണാനും കൂടുതലായി ഉപയോഗിക്കാം. മുൻപു നേരിട്ട് ചെന്നു മാത്രം കണ്ടിരുന്ന പ്രായമുള്ള ബന്ധുക്കളെ നമുക്ക് വീഡിയോ കോൾ വിളിച്ചു സംസാരിക്കാം. ആരേയും മറന്നു പോകാതെ, നേരമില്ലെന്ന പരാതിയിൽ മാറ്റി നിർത്താതെ നമുക്കു ഉറപ്പായും വിളിക്കാം. അവരുടെ ചെറു പരിഭവം കേൾക്കാം. സന്തോഷം പങ്കുവയ്ക്കാം.

കുട്ടികളോടും സംസാരിക്കാം.

നാട്ടിൽ പ്രളയം, ഉരുൾപൊട്ടൽ, തീരാവേദനയായി വിമാനാപകടം... മനസ്സ് വല്ലാത്ത നോവിലാണ്.

കീബോർഡിൽ അക്ഷരങ്ങൾ ആ നോവറിയുന്ന പോലെ മൗനമാകുന്നു. എന്റെ ഉള്ളും ശൂന്യമാണ്.

ഓരോ ദുരിതവും മനുഷ്യരുടെ ഉള്ളിൽ തീ നിറയ്ക്കുന്നു.

ഠഠ

7

ജാഗ്രത പുലർത്താം... ഭയക്കാതിരിക്കാം...

രണ്ടാഴ്ച്ച മുൻപൊരു വൈകുന്നേരം... കയ്യിലിരുന്ന് ഫോൺ പല കുറി വിറച്ചു. പിന്നെ, ആ ചോദ്യം കടന്നുവരല്ലേ എന്നു പ്രാർത്ഥിച്ചുകൊണ്ടു ഫോൺ എടുത്തു. മറുപുറത്തെ ആകാംക്ഷ ആ ഹലോ പറച്ചിലിൽ പോലും പ്രതിഫലിക്കുന്നു. നാട്ടിലെ പരിചയക്കാരനാണു വിളിക്കുന്നത്. അദ്ദേഹത്തിന്റെ അനുജനെ ഞങ്ങളുടെ ആശുപത്രിയിൽ അഡ്മിറ്റ് ചെയ്തിട്ടുണ്ട്, കോവിഡ് പോസിറ്റീവ്. ആ വിവരം അറിഞ്ഞിട്ടാണ് നാട്ടിൽ നിന്നും വിളി വരുന്നത്. അനിയന്റെ സ്ഥിതി എങ്ങനെ?

എന്തെങ്കിലും കുഴപ്പമുണ്ടോ, ഇതൊക്കെയാണ് അറിയേണ്ടത്...

ആദ്യ വിളി വന്നപ്പോൾ തന്നെ പേരും വിവരങ്ങളും വച്ച് ആളെ കണ്ടെത്തിയിരുന്നു. ഞാൻ അന്വേഷിക്കുന്ന രോഗി പക്ഷേ സൈക്യാട്രി വിഭാഗത്തിലാണ് എന്ന വിവരം കേട്ട് ആദ്യം ഒന്നു സംശയിച്ചു. പിന്നെ ആ സംശയം മാറി. കോവിഡ് പോസിറ്റീവ് എന്നറിഞ്ഞപ്പോൾ മുതൽ ആ പയ്യൻ കടുത്ത സമ്മർദ്ദത്തിൽ. ഇപ്പോൾ മാനസികനിലയിൽ പ്രകടമായ കുഴപ്പങ്ങൾ കാണിക്കുന്ന സ്ഥിതിയിലാണ്. വിവരങ്ങൾ അറിഞ്ഞ്, കാബിനിലേക്കു മടങ്ങുമ്പോൾ എന്താണ് നാട്ടിൽ വിളിച്ചു പറയുക എന്നതായിരുന്നു എന്റെ ചിന്ത!

മൂന്നാമതും വിളി വന്നപ്പോൾ, സോറി ഒരു മീറ്റിങ്ങിലായിരുന്നു എന്നൊരു കള്ളം പറഞ്ഞു അയാളെ സമാധാനിപ്പിച്ചു, 'പേടിക്കണ്ട, കുഴപ്പമില്ല. ആള് സ്റ്റേബിൾ ആണ്.'

മറ്റെന്താണ് ഞാൻ മറുപടി പറയുക? ഒരസുഖം വന്നാൽ അതു നേരിടാൻ നമുക്ക് സ്വന്തം മനസ്സു മാത്രം കൂടെ ഉണ്ടായാൽ മതി. ഏതു വലിയ പ്രതിസന്ധിയും അതിജീവിക്കുവാനാകും. പക്ഷേ, ആ മനസ്സു പതറിയാലോ? പിന്നെങ്ങനെ ശരീരത്തെ താങ്ങും?

സ്വന്തം ജീവിതം സംരക്ഷിക്കും?

ശരിയാണ്, സമാനതകളില്ലാത്ത ഒരു കാലഘട്ടത്തിലൂടെയാണു നാം കടന്നുപോകുന്നത്. കോവിഡ് വ്യാപനം അതിന്റെ വഴിക്ക് മുന്നേറുകയാണ്. മരണം പഴയതുപോലെ വാർത്തയാകുന്നില്ല, നാട്ടിൽ ദിനംപ്രതി രോഗികളാകുന്നവരുടെ എണ്ണം വർദ്ധിക്കുന്നു. പ്രവാസികളുടെ ചങ്കിലും തീയാണ്. സ്വന്തം ആരോഗ്യം, അതിലുപരി നാട്ടിലെ ഉറ്റവരുടെ ആരോഗ്യം. രണ്ടായാലും പ്രിയപ്പെട്ടവർ അരികിലില്ല എന്ന ദുഃഖം രണ്ടു കൂട്ടർക്കും. അതികഠിനമായ മാനസികവ്യഥകളാണ് ഇരുകൂട്ടരേയും കാത്തിരിക്കുന്നത്.

ഏതായാലും വന്നതുവന്നു. ഇനി നേരിടാതെ വയ്യല്ലോ, അതിപ്പോൾ വസൂരി ആയാലും കൊറോണ ആയാലും. പക്ഷേ, അതിന്റെ പേരിൽ മനസു തളർത്തുന്നത് അവനവനോടു കൂടി ചെയ്യുന്ന ദ്രോഹമാണ് എന്നു തിരിച്ചറിയണം. ഇവിടെ ഏറെക്കുറെ എല്ലാം പഴയപടി തിരിച്ചു വന്നു തുടങ്ങിയ സാഹചര്യത്തിൽ പ്രത്യേകിച്ചും. അടച്ചിരിക്കലല്ല പ്രതിവിധിയെന്നു നമ്മുടെ നാടും തിരിച്ചറിയുന്നുണ്ട്. രാജ്യത്തെ ഗവൺമെന്റും, ഇവിടുത്തെ വിദേശികൾ അടക്കമുള്ള ജനങ്ങളും മാർഗനിർദ്ദേശങ്ങൾ കർശനമായി പാലിച്ചതും, ഘട്ടംഘട്ടമായി ജനങ്ങൾക്കു ജീവിതമാർഗത്തിനായി അടഞ്ഞു കിടന്നവയൊക്കെ തുറന്നുകൊടുക്കുകയും ചെയ്തതോടെ ജീവിതം വലിയ വേഗത്തിലാണു പഴയതുപോലെ ഉഷാറാകുന്നത്. അതിനാൽ തളരാതിരിക്കുക. കുറഞ്ഞ പക്ഷം കോറോണയുടെ മുന്നിലെങ്കിലും മനോധൈര്യം കൈവിടാതിരിക്കുക.

രോഗത്തോട് ജാഗ്രത പുലർത്താം. എന്നാൽ ഭയക്കാതിരിക്കാം. ശുചിത്വം പാലിക്കലും, ശാരീരിക അകലം പാലിക്കലും നിർബന്ധമാക്കാം.

ഏതായാലും ഇന്നലെ വൈകുന്നേരത്തോടെ അന്നു സൈക്യാട്രി/ കോവിഡ് വാർഡിൽ കിടന്ന പയ്യൻ കോവിഡ് നെഗറ്റീവായി ഡിസ്ചാർജ് ആയി.

അത്രയും സമാധാനം.

ഠഠ

8
ഓണമാണ്, വീണ്ടും ഓണമാണ് ....

"ഓണമാണ് വീണ്ടുമോണമാണ്
വേണമായുസ്സെന്ന തോന്നലാണ്....'

സാധാരണ ഓണപ്പാട്ടുകളിൽ നിറയുന്ന അതിരുകളില്ലാത്ത സന്തോഷമല്ല വിദ്യാധരൻ മാഷിന്റെ ശബ്ദത്തിൽ നമ്മെത്തേടി എത്തുന്ന ഈ പാട്ടിൽ. മറിച്ച്, ഇന്നു നാം കടന്നുപോകുന്ന ആകുലതകളും ആശങ്കകളും പങ്കുവയ്ക്കുകയാണ് ഈ പാട്ടിലൂടെ. ഒറ്റപ്പെട്ടു പോകുന്ന, നാം കാണാതെ പോകുന്ന വാർദ്ധക്യത്തെ കൃത്യമായി അടയാളപ്പെടുത്തുന്നു ഈ ഗാനം.

ഇത്തവണ ഓണദിനത്തിലും നാട്ടിൽ കൊറോണ കേസുകൾ കുതിച്ചുയരുകയാണ്. നമ്മൾ പ്രവാസികൾ കടലുകൾക്കിപ്പുറം ഉറ്റവരെ ഓർക്കുന്നു. കഴിഞ്ഞ കൊല്ലം വരെ ദുബായ് എന്താ അത്ര ദൂരെയാണോ? വേണമെന്നു വച്ചാൽ ദാ പറന്നു വരില്ലേ എന്നു ചോദിച്ച ആ സാഹചര്യം മാറിയിരിക്കുന്നു. ഇപ്പോൾ നാട്ടിൽ ഉള്ളവർക്കുപോലും അല്പം ദൂരെയുള്ള പ്രിയപ്പെട്ടവരെ കാണാൻ പോകാൻ ബുദ്ധിമുട്ടുകൾ ഏറെ.

ഇത്തരത്തിലൊരു മാറ്റം നാം സ്വപ്നത്തിൽ പോലും പ്രതീക്ഷിച്ചതല്ല. പക്ഷേ അതാണ് വന്നു ഭവിച്ചത്. ഓണക്കച്ചവടം എന്നത് സാധാരണ കച്ചവടക്കാരുടെ ഒരു വർഷത്തെ പ്രതീക്ഷയാണ്. മിക്കവർക്കും അതു നഷ്ടമായി. വലിയ തിരക്ക് എവിടെയും ഉണ്ടായില്ലെന്നു നാട്ടിൽ നിന്നുള്ള വാർത്തകൾ! ഇത്ര ദിവസം സാമ്പത്തിക പ്രതിസന്ധിയുടെ വാർത്തകൾ അത്രകണ്ടു പുറത്തു വന്നിട്ടില്ല. പക്ഷേ, ഇനി അതും കടന്നുവരും.

ഇതൊക്കെയാകുമ്പോഴും ഓണമാണെന്ന തിരിച്ചറിവ് നൽകുന്ന ഒന്നുണ്ട്, ജീവിക്കുവാനുള്ള പ്രചോദനം. ഓണം എന്നത്

ഉള്ളിൽ അറിയാതെ നിറയ്ക്കുന്ന ഒരു വികാരമുണ്ട്. പ്രകൃതി മനുഷ്യനെ നോക്കി പുഞ്ചിരിക്കുന്ന സമയമാണു ഓണക്കാലം. വീട്ടുമുറ്റത്തെ ഇത്തിരിച്ചെടികളിൽ മാത്രമല്ല, കർക്കിടകത്തിലെ തോരാമഴ പെയ്തു തീർന്നല്ലോ എന്ന ആശ്വാസത്തിൽ തുമ്പയും മുക്കുറ്റിയും കാട്ടുപൊന്തകളിൽ നിന്നു പോലും പൂവിട്ടു തലയുയർത്തിച്ചിരിക്കുന്നത് ഓണക്കാലത്തിന്റെ മാത്രം കാഴ്ച. എത്ര വലിയ ദുരിതത്തിലും നേർത്ത ആശ്വാസം പകർന്നു കൊണ്ട് ഓണനാളുകൾ നമ്മളെ സമാശ്വസിപ്പിക്കുന്നുണ്ട്.

നമ്മൾ പ്രവാസികൾക്ക് ഓണമെന്നത് നിലനിൽപ്പിനുള്ള ജീവശ്വാസത്തിനു തുല്യമാണ്. ഓണത്തോടെ ആരംഭിക്കുന്ന ഓണാഘോഷങ്ങൾ മാസങ്ങൾ നീണ്ടു നിൽക്കുന്ന വിവിധ പരിപാടികളായി പ്രവാസികളെ തമ്മിൽ ബന്ധിപ്പിക്കുവാനുള്ള ശക്തമായ കാണാച്ചരടാണ്. ഓണം മുതൽ ഓണം വരെ വർഷം മുഴുവൻ ഓണവുമായി ബന്ധപ്പെട്ട പരിപാടികൾ ഗൾഫിൽ നടക്കുന്നുണ്ട് (ഈ വർഷം അത് ഓൺലൈൻ ആയെങ്കിലും). ആളുകളെ തമ്മിൽ ബന്ധിപ്പിക്കുവാൻ ഓണം എന്ന വാക്കിന് വളരെയധികം ശക്തിയുണ്ട്. അതു പേരക്കുട്ടിയെ കാത്തിരിക്കുന്ന അപ്പൂപ്പനിലും, ഒത്തുചേർന്നു സദ്യയൊരുക്കി കൂട്ടുകാർക്കൊപ്പം ആഘോഷിക്കുന്ന യുവത്വത്തിലും ഒന്നുപോലെ പ്രവർത്തിക്കുന്നു.

ഇന്നു തിരുവോണം.

ഒരു ഭാഗത്തു രോഗം കീഴടക്കുന്ന ജീവനുകൾ വർദ്ധിക്കുന്നു, തൊഴിൽ നഷ്ടവും സാമ്പത്തിക പ്രയാസങ്ങളും മുന്നിലുണ്ട്.

പക്ഷേ, ഓണമാണ്. തിരുവോണമാണ്.

ആ വാക്കു നൽകുന്ന പ്രതീക്ഷയുണ്ട്. ആ പ്രതീക്ഷയിൽ നമുക്കു മുന്നോട്ടു കുതിക്കാം. പണ്ടു പ്രളയത്തിലും നമ്മൾ കൈ കോർത്തു. അതുപോലെ രോഗത്തിലും നമുക്കു അതറിഞ്ഞു പ്രവർത്തിക്കാം. രോഗം ആർക്കും നൽകില്ലെന്നും ആരിൽ നിന്നും സ്വീകരിക്കില്ലെന്നും തീരുമാനിക്കാം.

൦൦

9
പോപ്പി, പ്രിയപ്പെട്ട പോപ്പി...

ഒരു നായ, അന്നുവരെ അവളൊരു വെറും നായ മാത്രമായിരുന്നു. എന്നാൽ ആ വീട്ടിൽ ഞാനും അവളും മാത്രമായ നാളുകളിൽ, വിടർന്ന, ആർദ്രത നിറഞ്ഞ, ഇപ്പോൾ തുളുമ്പുമെന്നു തോന്നുന്ന കണ്ണുകളാൽ അവളെന്നെ കീഴടക്കുകയായിരുന്നു. അവൾ... പോപ്പി! ഈ കുറിപ്പ് പോപ്പിയെക്കുറിച്ചാണ്.

പൂച്ചയെ, നായയെ, പക്ഷികളെ എന്തിനു പാമ്പിനേയും ചീങ്കണ്ണിയേയും വരെ മനുഷ്യർ ഓമനകളായി വളർത്തുന്നുണ്ട്. പലപ്പോഴും അവ, പ്രത്യേകിച്ചും നായകൾ മനുഷ്യരേക്കാൾ മികച്ച രീതിയിൽ തിരികെ ഇടപെടുകയും, തിരികെ യാതൊന്നും പ്രതീക്ഷിക്കാതെ അപകടങ്ങളിൽ നിന്നും വീട്ടുകാരെ രക്ഷിക്കുകയും ചെയ്യാറുണ്ട്.

ഇപ്പോൾ, പെട്ടിമുടി അപകടസ്ഥലത്തു കുഞ്ഞ് യജമാനത്തിയെ തേടിനടന്ന കുവി എന്ന നാടൻനായുടെ സ്നേഹവും, ഒടുവിൽ അവൾ തന്നെ ദിവസങ്ങൾക്കുശേഷം തന്റെ കൂട്ടുകാരിയുടെ വിറങ്ങലിച്ച ശരീരം കണ്ടെത്താൻ രക്ഷാപ്രവർത്തകരെ സഹായിച്ചതും, അവളുടെ അതിശയകരമായ സ്നേഹത്തിനുചിതമായ അംഗീകാരമായി അവളെ പോലീസ് ഡോഗ് സ്ക്വാഡിലേക്ക് എടുത്തതും നമ്മൾ കണ്ടറിഞ്ഞതാണ്.

ഓമനകളായ വളർത്തുമൃഗങ്ങളിൽ നായകൾ എക്കാലവും മുൻഗണന അർഹിക്കുന്നു. മഞ്ഞുറഞ്ഞ ധ്രുവപ്രദേശങ്ങളിൽ രക്ഷകരാവുന്ന 'ടോഗോ'യെപ്പോലുള്ള നായകളും, മരിച്ചുപോയ യജമാനനെ കാത്ത് വർഷങ്ങളോളം റെയിൽവേസ്റ്റേഷനിൽ കാത്തുനിന്ന്, ഒടുവിൽ അവിടെത്തന്നെ ജീവൻ വെടിഞ്ഞ 'ഹച്ചി' എന്ന നായയും സിനിമകളിലൂടെ ഇന്നും ആരാധക ഹൃദയങ്ങൾ കീഴടക്കുന്നു. തിരക്കുപിടിച്ച ജീവിതത്തിൽ നായകളോടെന്നല്ല ഒന്നി

നോടും യാതൊരു അടുപ്പവും സൂക്ഷിക്കാത്ത എന്നെ, അടിമുടി മാറ്റിമറിച്ചതു അവളാണ്, പോപ്പി! ഷാർജയിൽ, റോയിച്ചന്റെയും സർഗയുടെയും കണ്ണന്റെയും ആദർശിന്റെയും ഓമനയായ 'മിനിയേച്ചർ പിൻഷർ' എന്ന ഇനത്തിലെ പളുങ്ക് കണ്ണുകളുള്ള പത്തു വയസുകാരി പോപ്പി.

ആദ്യ കാഴ്ചയിൽ തന്നെ വിടർന്ന കണ്ണുമായി പ്രതീക്ഷയോടെ നോക്കി നിന്ന അവളെ തീരെ സമീപത്തടുപ്പിക്കാതെ കഠിനഹൃദയനായി ഞാൻ. പക്ഷേ, പതുക്കെ ആർദ്രമായി നോക്കിയും, അടുത്തുവന്നു മണപ്പിച്ചും ഞാൻ പോലുമറിയാതെ പ്രിയപ്പെട്ടവളായി. ചിലപ്പോൾ പരിഭവിച്ചു കൂട്ടിലെ കമ്പിളിയിൽ മുഖം പൊത്തിക്കിടന്നും, ചിലപ്പോൾ മടിയിൽ ചാടിക്കയറിക്കിടന്ന് അധികാരം സ്ഥാപിച്ചും അവൾ ഹൃദയത്തിലിടം പിടിച്ചു. പന്തുമായി കളിക്കാൻ വന്നാൽ പറ്റില്ല എന്നു പറയാനാവില്ല. 'പിന്നെ വരാമെടാ' എന്നു മടി പറഞ്ഞാൽ ഒറ്റപ്പോക്കാണ്. മൂടു തിരിഞ്ഞ് പിണങ്ങി, ഇനി മിണ്ടില്ല എന്ന ഭാവത്തിൽ പോകുന്ന ആ പോക്കു കാണാൻ മാത്രമായി എത്ര വട്ടം ഞാനവളെ ശുണ്ഠി പിടിപ്പിച്ചിരിക്കുന്നു.

രണ്ടുനാൾ മുൻപാണ് വേദനയോടെ, അതിലേറെ അമ്പരപ്പോടെ ഞാനതു കേട്ടത്, പോപ്പിയെ കാണാനില്ല! കേട്ടതു സത്യമാകാതിരിക്കുവാൻ പ്രാർത്ഥിച്ചുകൊണ്ട് അവളെക്കുറിച്ചുള്ള എന്തെങ്കിലും ഒരു വിവരം കിട്ടുന്നതിനായി കാത്തിരിക്കുകയാണു ഞങ്ങൾ.

ശരിയാണ്, ഞാൻ പറയുന്നത് ഒരു പെറ്റ് ഡോഗിനെക്കുറിച്ചു മാത്രമാണ്. പലപ്പോഴും ഷാർജയിൽ റോയിച്ചനടുത്തേക്കു ഞാൻ ചെന്നിരുന്നത് പോപ്പിയുടെ കൂടി സ്നേഹത്തിനു വേണ്ടിയായിരുന്നുവെന്നു തിരിച്ചറിയുന്നു. അവൾ വെറുമൊരു ഓമനമൃഗം മാത്രമല്ല എന്നും ഞാൻ മനസിലാക്കുന്നു. ഒപ്പം മറ്റൊന്നുകൂടിയുണ്ട്... നമ്മുടെ ഉള്ളിലെ ദുഃഖവും സന്തോഷവും തിരിച്ചറിയുവാൻ, ഏകാന്തതകളിൽ കൂട്ടാകുവാൻ പ്രിയപ്പെട്ട വളർത്തുമൃഗങ്ങൾക്കു എത്രമാത്രം സാധിക്കുന്നുവെന്ന്...

പോപ്പി തിരികെ വന്നുവെന്ന വാർത്തക്കായ് കാത്തിരിക്കുന്നു...

൦൦

10

നമുക്ക് കൂടുതൽ ജാഗരൂകരാകാം....

വേൾഡ് മാപ്പ് നോക്കിയിരിക്കുവാൻ പണ്ടും ഇഷ്ടമായിരുന്നു. രാജ്യങ്ങൾ വിഭജിക്കുന്ന നേർത്ത കറുത്തവരകൾ മനുഷ്യജീവിതങ്ങളെ എങ്ങനെയൊക്കെ നിലംപരിശ്ശാക്കുന്നുന്നുവെന്ന്, 'സ്വാതന്ത്ര്യം അർദ്ധരാത്രിയിൽ' തുടങ്ങി, ആലിസ് അൽബിനിയയുടെ 'സൈന്ധവതടത്തിലെ സാമ്രാജ്യങ്ങൾ' വരെ ധാരാളം പുസ്തകങ്ങൾ നമുക്കു കാട്ടിത്തന്നിട്ടുമുണ്ട്.

എന്നാലിന്നു ഞാൻ ഗ്ലോബുരുട്ടി കടൽ കടക്കുന്നത് മറ്റൊന്നിനാണ്. കോറോണ കേസുകൾ ലോകത്തെ എപ്രകാരം മാറ്റിമറിക്കുന്നുവെന്നു കാണുവാൻ വേണ്ടി മാത്രം. കമ്പ്യൂട്ടർ സ്ക്രീനിലെ വിശാല സമുദ്രത്തിന്റെ മാറിൽ ചെറു കാക്കപ്പുള്ളികൾ പോലുള്ള പസഫിക് ദ്വീപസമൂഹ രാജ്യങ്ങളിൽ പോലും കൊറോണ വ്യാപനത്തെ അടയാളപ്പെടുത്തുന്ന നീല വൃത്തങ്ങൾ...!

പൊടുന്നനെ ഞാൻ കോവിഡ് വാർത്തകളിലേക്കു കൂപ്പുകുത്തിയതിനു മറ്റൊരു കാരണം കൂടി ഉണ്ടായിരുന്നു. ഒരു സുഹൃത്തിന്റെ ഫോൺ കോൾ! നാട്ടിൽ സഹകരണ ബാങ്കിലെ സെക്രട്ടറി, ജീവനക്കാരിൽ ഒരാൾക്കു കോവിഡ് പോസിറ്റീവ് ആയതിനാൽ പതിനാലു ദിവസം കോറന്റൈനിൽ പോകേണ്ടിവന്ന വിവരം സംസാരിച്ചു വെച്ചിട്ടേ ഉള്ളൂ. അവർ പറഞ്ഞ കാരണങ്ങൾ പലതും അത്ഭുതം ജനിപ്പിച്ചു. പക്ഷേ, അതൊക്കെ ഇവിടേയും സംഭവിക്കുന്നുണ്ട് എന്നു ഞെട്ടലോടെ ഞാൻ തിരിച്ചറിഞ്ഞു.

ആ സംസാരത്തിൽ സൂചിപ്പിച്ച പല കാര്യങ്ങളും നാട്ടിലുള്ളവർ പ്രത്യേകം ശ്രദ്ധ വയ്ക്കേണ്ടതാണെന്നു തോന്നി. അതിൽ ഏറ്റവും പ്രധാനമായി തോന്നിയത് ചെറിയ ആവശ്യങ്ങൾ പോലും പറഞ്ഞു പലവട്ടം ബാങ്കിൽ ചെല്ലുന്ന മുതിർന്ന പൗരന്മാരെക്കുറിച്ചാണ്. വീട്ടിലെ ചെറുപ്പക്കാരുടെ കയ്യിൽ പെൻഷൻ വാങ്ങാ

നുള്ള പേസ്ലിപ്പ് ഒപ്പിട്ടു കൊടുത്താൽ മതി എന്നു പറഞ്ഞാൽ, അതു പറ്റില്ല എന്നു വാശി പിടിച്ചു ബാങ്കിൽ ചെല്ലുന്ന വയോധികർ സ്വയം ചെന്നുചാടുന്ന അപകടം വളരെ വലുതാണ്. അതുപോലെ പെൻഷൻ വരുന്ന അതേ ദിവസം തന്നെ എല്ലാവരും ഒരുമിച്ചു ബാങ്കിലെത്തി അതുവഴിയുള്ള തിക്കും തിരക്കും വേറെ ഉണ്ടാക്കുകയും ചെയ്യുന്നത്രെ! സഹകരണ ബാങ്ക് ആയതിനാൽ പലപ്പോഴും കോവിഡ് മാനദണ്ഡങ്ങൾ പാലിക്കാൻ ബാങ്കിലെത്തുന്നവർ വിമുഖരാകുന്നുവെന്നതു അവരുടെ മറ്റൊരു ബുദ്ധിമുട്ട്.

അടുത്തത് സാനിറ്റൈസറും മാസ്ക്കും ഉപയോഗിക്കുവാനുള്ള മടിയാണ്. പ്രായഭേദമേതുമില്ലാതെ കൊറോണ വരുമെന്നതിനാലാണ് എല്ലാവർക്കും മുഖാവരണം നിർബന്ധമാക്കുന്നത്. എന്നാലതു കണ്ഠാവരണമാക്കുവാനാണ് മിക്കവർക്കും താത്പര്യം. തീർന്നില്ല, അവർ പറയുന്നതു, ഇപ്പോഴത്തെ സമൂഹവ്യാപനത്തോളമെത്തിയ രോഗവ്യാപനത്തിനു കാരണം മറ്റൊന്നാണെന്നാണ്. അത് രോഗത്തോടുള്ള മാറിയ മനോഭാവമാണ്. 'ഓ എന്തുകൊറോണ' എന്ന മനോഭാവമാണ് പ്രകടം! അതിനാൽ തന്നെ അനാവശ്യ ഷോപ്പിങ്ങ്, കറങ്ങി നടപ്പ് എന്നിവ വർദ്ധിക്കുകയും ശ്രദ്ധ വേണ്ടതില്ല എന്ന ചിന്ത രൂഢമൂലമാവുകയും ചെയ്യുന്നു. ഫലം, ആർക്കുമെപ്പോൾ വേണമെങ്കിലും രോഗം ബാധിക്കാം എന്ന സ്ഥിതി വന്നു തുടങ്ങി. രാഷ്ട്രീയ പാർട്ടികളുടെ ചെറു യോഗങ്ങൾ, സമരങ്ങൾ, മതപരമായ ചടങ്ങുകൾ, വീടുകളിലെ ചെറുകൂട്ടായ്മകൾ, സംഘടന യോഗങ്ങൾ, പാർട്ടികൾ തുടങ്ങി ആളുകൾ അനൗദ്യോഗികമായി ഇടപെടുന്ന ഇടങ്ങളിൽ നിന്നാണ് രോഗവ്യാപനം വൻതോതിൽ ഉണ്ടാകുന്നത്.

നാട്ടിലെ വർദ്ധിച്ച രോഗവ്യാപനത്തോതു കണ്ട ആശങ്കയിലാണ് വീട്ടിലേക്കു വിളിച്ചത്. അമ്പിളിക്കും പറയാനുള്ളത് ആദ്യം പറഞ്ഞതൊക്കെ തന്നെ. പിന്നെ ഔദ്യോഗികമായി കിട്ടുന്ന കോവിഡ് ഡ്യൂട്ടികൾ കൂടി അമ്പിളിക്കുണ്ട് എന്നത് ആശങ്ക കൂട്ടുകയും ചെയ്യുന്നു. എന്തു ചെയ്യുവാനാകും, ഒരു കടൽ കടന്ന് നാട്ടിലേക്ക് ഓടിയെത്തുക പഴയതുപോലെ അത്ര എളുപ്പമല്ല. ചെന്നിറങ്ങിയാൽ നീരീക്ഷണത്തിൽ പോകണം, തിരികെ വന്നാലും നിരീക്ഷണത്തിൽ തുടരണം. ഫലത്തിൽ അവധി ഒരു മാസം അങ്ങനെ തീരും!

ഇനി നാട്ടിലെ കാര്യം മാറ്റിവയ്ക്കാം. ഇവിടേയും കാര്യങ്ങൾ അത്ര ആശാവഹമാണോ? കണക്കുകൾ സൂചിപ്പിക്കുന്നത് കോവിഡ് വ്യാപന വർദ്ധനവു തന്നെയാണ്. നാട്ടിലെ കോറോണ വൈറ

സിനു ജനിതകമാറ്റം സംഭവിച്ചിരിക്കുന്നുവെന്ന പഠനങ്ങളും മുന്നിലുണ്ട്. അതായതു മരുന്നു കണ്ടു പിടിക്കുവാൻ ഇനിയും കടമ്പകൾ ഏറെ ഉണ്ടെന്നതു തന്നെയാണ്. ഓക്സ്ഫോർഡു പരീക്ഷണം തത്ക്കാലം നിർത്തിവച്ചു എന്നതും ഇവിടെ കൂട്ടി വായിക്കേണ്ടതുണ്ട്.

നമ്മളോ അവധി ദിവസങ്ങൾ പഴയതുപോലെ ആഘോഷമാക്കുന്നു. പലയിടങ്ങളിൽ നിന്നുള്ളവർ ഒത്തുചേരുന്നു. ശരിയാണ്, ഭയം എത്ര നാൾ? എത്ര കാലമിങ്ങനെ ആരേയും കാണാതെ കഴിച്ചുകൂട്ടും, ശരി തന്നെ... പക്ഷേ, യാഥാർത്ഥ്യം അതിനേക്കൾ ഭീകരമാണെന്നു മാത്രം. കൂടുതൽ ജാഗരൂകരാകേണ്ട നാളുകളാണു മുന്നിൽ. കറൻസിയിൽ തുപ്പൽ തൊട്ട് എണ്ണുന്ന നാടൻ ശീലങ്ങൾ മുതൽ കൈകൊണ്ട് അനാവശ്യമായി മുഖം തൊടുന്ന മാനറിസങ്ങൾ വരെ മാറ്റേണ്ട സമയം അതിക്രമിച്ചിരിക്കുന്നു. കൂടുതൽ ശ്രദ്ധാലുക്കളാകാം നമുക്ക്. മാളുകളിൽ അധിക സമയം ചെലവിടാതിരിക്കാം. കൂട്ടം ചേരലുകൾ ഒഴിവാക്കാം. തണുപ്പുകാലം വരികയാണ്. രോഗം പടരുവാൻ കൂടുതൽ സാധ്യതയുള്ള കാലയളവാണത്. ചൂടുള്ള ഭക്ഷണം കഴിച്ചും, ശരീരം തണുപ്പടിക്കാതേയും നമുക്ക് സൂക്ഷിക്കാം.

എന്റെ മുന്നിലെ സ്ക്രീനിൽ ലോകത്തു അനുദിനം വർദ്ധിക്കുന്ന കോറോണ വ്യാപനക്കണക്കുണ്ട്. ഒന്നോർക്കാം, ഹൈറിസ്ക്കു കാറ്റഗറിക്കാർ മാത്രമല്ല രോഗവാഹകർ എന്ന്. ആരുമാകാം, ഒരു പക്ഷേ നമ്മളുമാകാം. സ്വയം ആരോഗ്യം കാക്കാം. മറ്റുള്ളവർക്കു രോഗം നൽകാതിരിക്കാം. അതുമാത്രം ചെയ്താൽപ്പോലും രോഗവ്യാപനം ഇതുപോലെ സംഭവിക്കില്ല. ഉറപ്പ്.

○○

11

ഇക്രു കണ്ട മഴയും വീട്ടകത്തിൽ കുടുങ്ങിയ കുട്ടികളും

'തിത്തിത്താരാ തിത്തിതൈത്തെ
തിത്തെയ് തക തെയ് തെയ്തോം...'

ഇക്കുറി ഓണത്തിനു ഷാർജയിലെ ഒരു വീട്ടിൽ നിന്നും വള്ളപ്പാട്ടിൽ ആറന്മുള ശൈലി പ്രകാരമുള്ള ശീലുയർന്നപ്പോൾ പ്രവാസി മലയാളികളുടെ ഹൃദയത്തിലും കൊറോണക്കാലത്തിന്റെ നോവും വേവും തമസ്ക്കരിച്ചുകൊണ്ട് ഓണത്തിന്റെ ഗൃഹാതുരത്വം തുടിച്ചു. അത് ഇക്രുവെന്ന് വിളിക്കുന്ന ആറന്മുള, ഇടനാടുകാരായ ജഗദീഷിനേറെയും സ്മിതാ ജഗദീഷിന്റേയും രണ്ടാമത്തെ പുത്രനായ, ആദിദേവിന്റെ ഓണാഘോഷത്തിന്റെ ഭാഗമായി നടത്തിയ വള്ളപ്പാട്ടിന്റെ വായ്ത്താരി ആയിരുന്നു. ചേട്ടൻ ആനന്ദ് ശങ്കറിനും അച്ഛനും ഒപ്പം ഓണാഘോഷത്തിന്റെ ഭാഗമായി വള്ളപ്പാട്ട് അവതരിപ്പിച്ചതോടെ പ്രവാസികൾക്കും അതൊരു പുത്തനുണർവ്വായി. ഇക്രുവെന്ന ഒമ്പതു വയസുകാരൻ മാധ്യമശ്രദ്ധയിൽ വരുന്നത് ഇതു രണ്ടാം വട്ടം. 2018-ൽ കേരളത്തെ മുക്കിയ പ്രളയക്കെടുതിയിൽ, 'ഞാനൊന്നു മഴയത്ത് ഓടിക്കളിച്ചോട്ടമ്മേ' എന്നു പറഞ്ഞു മഴയോടു കൂട്ടുകൂടാനെത്തിയ ഇക്രുവിനെ മഴയൊന്നു പേടിപ്പിച്ചു. അപ്പൂപ്പനും അമ്മൂമ്മക്കുമൊപ്പം അമ്മവീട്ടിൽ ഇക്രു കുടുങ്ങിപ്പോയതു നാലു ദിവസങ്ങൾ! ഒടുവിൽ വീടിന്റെ ടെറസിനു മുകളിൽ നിന്നും മൂന്നുപേരേയും വള്ളങ്ങളിൽ രക്ഷിച്ചെടുക്കുമ്പോൾ ഇക്രു മഴയോടു കൂട്ടുവെട്ടി!

പറഞ്ഞു വരുന്നത് ഇക്രുവിനെക്കുറിച്ചു മാത്രമല്ല, മറിച്ച് അച്ഛനമ്മമാരോടൊപ്പം പ്രവാസ ജീവിതം നയിക്കുന്ന കുഞ്ഞുങ്ങളെക്കുറിച്ചാണ്. ദിവസങ്ങൾ കൊണ്ടവസാനിക്കുമെന്ന് ആദ്യം നാം കരുതി, ഒടുവിൽ ആഴ്ചകളും മാസങ്ങളും കടന്നുപോകുന്ന ലോക്കുവീണ ജീവിതത്തിനിടയിൽ കുട്ടികളും തടവറയിലായിരിക്കുന്നു. സദാ

ഓടിക്കളിക്കുന്ന, വികൃതി കാട്ടാൻ സാധ്യതകൾ തേടുന്ന, ഒരേ സമയം കള്ളനായും പോലീസായും കളിക്കുവാനാകുന്ന ബാല്യത്തിനോടാണു നാം പുറത്തിറങ്ങരുത് എന്നു പറയുന്നത്. സാമൂഹ്യ ഇടപെടലിനുള്ള സാധ്യതകൾ പൂർണ്ണമായും അടയുമ്പോൾ അവർ വീട്ടിൽ അക്രമാസക്തരാവുകയോ തീരെ മൗനികളാവുകയോ ചെയ്യുന്നു. എങ്ങനെ ഈ കുഞ്ഞുങ്ങളെ സമാധാനിപ്പിക്കുവാനാകും എന്നതിന്റെ ഉത്തരമാണ് ഇക്രു. ആറന്മുള ശൈലി വള്ളപ്പാട്ട് അവനെ പഠിപ്പിച്ചെടുക്കാൻ വീട്ടുകാർക്കു സാധിച്ചപ്പോൾ അവന്റെ ഉള്ളിലെ കുഞ്ഞു കലാകാരൻ ഉണരുകയും ഒപ്പം വികൃതിക്കുട്ടി അടങ്ങുകയും ചെയ്തു.

കുഞ്ഞുങ്ങൾ സവിശേഷ ശ്രദ്ധ വേണ്ടവരാണ്. ശാരീരിക ആരോഗ്യത്തോളമോ അതിലേറെയോ പ്രാധാന്യമുണ്ട് മാനസിക ആരോഗ്യത്തിന്റെ കാര്യത്തിലും. അതിനായി അവരെ മനസിലാക്കുകയും അവരോടൊപ്പം സമയം ചിലവിടുകയും ചെയ്യേണ്ടതുണ്ട്.

ഇനി ഇതിനു ഒരു മറുവശമുണ്ടെന്നു മറക്കുന്നില്ല. ദിവസേന ജോലി നഷ്ടമാകുന്നവരുടെ കണക്കുയരുകയാണ്. ഒന്നും പഴയപടി ആയിട്ടില്ല. ലോണുകളോ ക്രെഡിറ്റ് കാർഡ് ബില്ലുകളോ അടയ്ക്കാതിരിക്കാം എന്നു നിശ്ചയിക്കാൻ സാധിക്കില്ല. എന്നാൽ ജോലിയിലോ ശബളത്തിലോ ഗ്യാരണ്ടി ഇല്ല താനും. അപ്പോൾ വീട്ടിലെ മുതിർന്നവർ വല്ലാത്ത സമ്മർദ്ദത്തിലാകും. ഇതിനിടയിൽ കുഞ്ഞുങ്ങളുടെ പ്രശ്നങ്ങൾ മാറ്റി വച്ചാൽ ആരെ കുറ്റപ്പെടുത്താനാകും? ഫീസ് അടയ്ക്കാഞ്ഞാൽ ഓൺലൈൻ ക്ലാസുകളിൽ നിന്നു പോലും കുട്ടികൾ പുറത്താക്കപ്പെടുന്നു. ഈ സാഹചര്യം കുട്ടികളിലും മാതാപിതാക്കളിലുമുണ്ടാക്കുന്ന സമ്മർദ്ദം വളരെ വലുതാണ്.

വലിയവലിയ പ്രശ്നങ്ങളേക്കാൾ കുഞ്ഞുകുഞ്ഞു വീട്ടു പ്രശ്നങ്ങളാണ് മിക്ക മനുഷ്യരേയും നിസ്സഹായരാക്കുന്നത്. ഏതു പ്രതിസന്ധിയിലും നമുക്ക് കുട്ടികളെ ചേർത്തു പിടിക്കാം.

ആവുംവിധം അവരുടെ പ്രശ്നങ്ങൾ പരിഹരിക്കാം.

○○

12

നിർഭയയിൽ നിന്നും ഹഥ്റാസ് പെൺകുട്ടിയിലേക്കുള്ള ദൂരം, ഗോവിന്ദ ചാമിയിൽ നിന്നും അമീർ ഉൾ ഇസ്ലാമിലേക്കുള്ള ദൂരം

ഞാനൊരച്ഛനാണ്, ഒരാൺകുട്ടിയുടെ അച്ഛൻ. അതിനാൽ മാത്രം ഈ മരുഭൂമിയിലെ ഏകാന്തവാസത്തിലും ഞാൻ ഭയക്കാതെ ഉറങ്ങുന്നു. ഒരു പെൺകുട്ടിയെ ജീവനും മരണത്തിനുമിടയിൽ മല്ലിടാൻ വിധിച്ചത് ഒരു ബസ് ജീവനക്കാരായിരുന്നു അന്ന്. അതെ, അന്ന് ഇന്ത്യ ഒന്നാകെ, ലോകമൊന്നാകെയാണ് അവളുടെ ജീവനുവേണ്ടി പ്രാർത്ഥിച്ചത്. എന്നിട്ടുമവൾ നിത്യശാന്തിയിലേക്കു യാത്രയായി ... അതിനുശേഷം എത്ര പെൺകുട്ടികൾ... അവരുടെ പേരുകൾ വിസ്മൃതിയിലാണ്ടു. അതിനാൽ മാത്രം പെൺകുട്ടികൾ ആക്രമിക്കപ്പെടാനുള്ളവരാണെന്നു നാം കൂടുതൽ തീർപ്പുകല്പിച്ചു. ജീൻസ് ഇട്ടതുകൊണ്ടാണെന്നും സ്ലീവ്ലെസ് ഇട്ടതുകൊണ്ടാണെന്നും ചിലർ സദാചാരത്തിന്റെ മുറുമുറുപ്പുയർത്തിയപ്പോൾ അമ്മിഞ്ഞപ്പാൽ നുണയും പ്രായത്തിൽ ആരുടെയൊക്കെയോ കാമവെറിക്കിരയായ പിഞ്ചുമക്കളുടെ രോദനം കാറ്റിൽ അശാന്തമായലഞ്ഞു.

ആക്രമിക്കപ്പെടുന്ന പെൺജന്മങ്ങൾക്ക് ഒരു മുഖം മാത്രമാണ്. അവരുടെ ഭാവം ഒന്നു മാത്രമാണ്. യാചനയാണ്. ഞാനുമീ ഭൂമിയിൽ ജീവിച്ചോട്ടെ എന്ന യാചന. എല്ലാ പെൺകുട്ടികളും ഒരു വട്ടമെങ്കിലും അരുതേ എന്നാർത്തിട്ടുണ്ടാകണം. പക്ഷേ ബധിരകർണ്ണങ്ങളിലാണല്ലോ അവയൊക്കെ ചെന്നു പതിച്ചത്!

കാരണങ്ങൾ പലതാണ്.

അവർ മദ്യലഹരിയിലായിരുന്നു

അവർ ലഹരി ഉപയോഗിച്ചിരുന്നു

അവർ ലൈംഗികദാരിദ്ര്യം അനുഭവിക്കുന്നവരായിരുന്നു

അവർ സവർണ്ണരായിരുന്നു.

അവർ ഹീനജാതിക്കാർ ആയിരുന്നു

അവർക്കു അധികാരമുണ്ടായിരുന്നു
അവർ ക്രിമിനലുകളായിരുന്നു ...

അതെ, അവരിൽ എല്ലാത്തരക്കാരുമുണ്ടായിരുന്നു. പക്ഷേ ഇരയാക്കപ്പെട്ടവർ വെറും പെണ്ണു മാത്രമായിരുന്നു അവർക്ക്!

എന്തിനു ജീവനെടുത്തു എന്ന ചോദ്യത്തിന് ഉത്തരം എല്ലാക്കാലത്തും ഒന്നു മാത്രം

അവൾ തെളിവാണ്! ക്രൂര പീഢനത്തിന്റെ തെളിവ്അതിനാൽ അവളുടെ ഗർഭപാത്രം തകർത്തും, തീവണ്ടിയിൽ നിന്നും വലിച്ചെറിഞ്ഞും ഏറ്റവും ഒടുവിൽ നട്ടെല്ലുതകർത്തും നാവരിഞ്ഞും അവളെ നിശ്ശബ്ദയാക്കി.

അതെ... ഏറ്റവും ഒടുവിൽ നീതിപാലകർ തന്നെ ആ ദേഹത്തു പെട്രോൾ ഒഴിച്ചു ചിതയൊരുക്കി കത്തിച്ചു തീർത്തു.

തെളിവുകൾ തുലയട്ടെ.

മുൻപ് കുറേക്കൂടി വ്യത്യസ്തമായിരുന്നു ഇടപെടലുകൾ. ജനിച്ച് ആദ്യ കരച്ചിലിൽ മുലപ്പാലിനൊപ്പം ഒരല്പം അരളിപ്പാലു കൂടി... 'ഹൊ, വയ്യ അത്രക്ക് ' എന്നാണെങ്കിൽ ഒരു നെൽമണി ധാരാളം. സത്തിട്ടാൾ... അതെ. വളരും മുൻപ് സത്തിട്ടാൾ... !

പിറന്ത ഉടനെ സത്തിട്ടാൾ....

പിന്നെ, ഭാരതം ആരോഗ്യരംഗത്തു കുതിച്ചുചാട്ടം നടത്തി... പിറക്കേണ്ടി വന്നില്ല അവൾക്ക്! ഗർഭപാത്രത്തിൽ നിന്നും നേരിട്ടു മരണ ഗർത്തത്തിലേക്ക്. രാജ്യം കൂടുതൽ പുരോഗമിച്ചപ്പോൾ, ഇൻറർനെറ്റും, ഐഫോണുകളും രതിയുടെ വലിയൊരു ലോകം യുവാക്കൾക്കു മുന്നിൽ തുറന്നിട്ടപ്പോൾ, കാമശാസ്ത്രത്തിലെ ആരോഗ്യകരമായ രതിയിൽ സാഹസികത ലഭിക്കാതായപ്പോൾ അവർ വേട്ടനായ്ക്കളായി. അടക്കി വച്ച ലൈംഗിക വൈകൃതങ്ങളും ക്രിമിനൽവാസനകളും അച്ഛനമ്മമാരുടെ നടുവിൽ കിടന്നുറങ്ങുന്ന കുഞ്ഞു മക്കളിൽ തുടങ്ങി, പുല്ലരിയാൻ വയലിൽപ്പോകുന്ന പെൺകുട്ടികളിലും റോഡിലൂടെ നടന്നു നീങ്ങുന്ന പെൺകുട്ടികളിലും, എന്തിന് മറ്റു ധാരാളം യാത്രികർക്കൊപ്പം സഞ്ചരിക്കവേ തീവണ്ടിയിൽ യാത്രികയും, എഴുപതു പിന്നിട്ട വൃദ്ധയും ഒക്കെ ഇരകളായി രൂപാന്തരപ്പെട്ടു.

ഇതുവരെ ഞാൻ കണ്ടിരുന്ന ഒരു പകൽക്കിനാവുണ്ട്. അപ്പൂസിന്റെ തോളുരുമ്മി നടന്നുവരുന്ന അവന്റെ പെണ്ണ്. അതാരുമാകാം. അവനിഷ്ടപ്പെട്ട അവന്റെ ഹൃദയസഖി. അവളാരെന്ന് അറിയും മുൻപുതന്നെ അവളെനിക്കു മകളാണ്. അതിനാൽത്തന്നെ എന്റെ ഉറ

ക്കം നഷ്ടമാകുന്നു. എന്റെ വീട്ടിലേക്കു പടികയറി വരേണ്ട എന്റെ മകൾ സുരക്ഷിതയാണോ?

ഒരു പെൺകുട്ടിയുടെ അച്ഛന്റെ ആധി എന്റെ ഇടനെഞ്ചിൽ പിടയ്ക്കുന്നു. പേരില്ലാത്ത പെൺകുട്ടികളും, പേരുണ്ടായിട്ടും എല്ലാവരുടേയും സ്മൃതിപഥത്തിൽ നിന്ന് പെട്ടെന്ന് അപ്രത്യക്ഷമാകുകയും ചെയ്യുന്ന പെൺകുട്ടികൾ പെരുകുന്ന നാട്ടിൽ അവൾ സുരക്ഷിതയാണോ?

ഞാനുമൊരച്ഛനാണ്....

മകൻ കൈ പിടിച്ചു കൊണ്ടുവരുന്ന ഞങ്ങളുടെ മകളെ കാത്തിരിക്കുന്ന അച്ഛൻ...

ഠഠ

13

ഹൃദയാരോഗ്യവും മാനസികാരോഗ്യവും...

ഹൃദയാരോഗ്യ ദിനം കടന്നുപോയതിനു പിന്നാലെ മാനസികാരോഗ്യദിനവും ഒരരികിലൂടെ കടന്നു പോയി. കൊറോണ കള്ളനും പോലീസും കളി തുടരുന്നു...!

ഹൃദയാരോഗ്യത്തെക്കുറിച്ച് വെറുതേയങ്ങു ചിന്തിച്ചതല്ല, ചില വർത്തമാനകാല സംഗതികൾ അറിയുമ്പോൾ ഞെട്ടൽ, അതിലുപരി ജീവിതമെന്ന സമസ്യ, മനുഷ്യരെ എങ്ങനെയാണു കശക്കിയെറിയുന്നത് എന്നുള്ള ആധി, ഇവയാണ് ഒരു മനുഷ്യന്റെ ഹൃദയാരോഗ്യത്തെക്കുറിച്ചും മാനസികാരോഗ്യത്തെക്കുറിച്ചും ചിന്തിക്കാൻ പ്രേരിപ്പിച്ചത്.

കഴിഞ്ഞ ആഴ്ചയുമതു സംഭവിച്ചു, മോർച്ചറിയുടെ മുന്നിലൂടെ നടന്നു വരുമ്പോൾ പ്രിയപ്പെട്ട കൂട്ടുകാരൻ പൊടുന്നനെ കുഴഞ്ഞു വീണു മരിച്ചതിന്റെ മരവിപ്പു മാറാത്ത യുവാവ്! അയാളുടെ കണ്ണിൽ നിന്നും കിനിയുന്നതു കണ്ണീരോ അതോ ചെഞ്ചോരയോ എന്നു ഞാൻ അന്തിച്ചു നിന്നു. അധികം വൈകാതെ വീണ്ടും കേട്ടു, വിവാഹം കഴിച്ച് അധികനാളെത്തും മുൻപ് ഇണയെ മരുഭൂമിയിൽ അനാഥമാക്കി മരണത്തിന്റെ കൈ പിടിച്ച ഒരു ചെറുപ്പക്കാരനെക്കുറിച്ച്. അവിടെയും, രാത്രി ഉറക്കത്തിനിടയിലെ നിശ്ശബ്ദമായ തിരിച്ചു പോക്കായിരുന്നു!

എന്തുകൊണ്ടാണിങ്ങനെ? യുവാക്കൾ പൊടുന്നനെ ഹൃദയതാളം നിലച്ചു മരണഗർത്തത്തിലേക്കു പതിക്കുന്നതെന്തുകൊണ്ടാവും?

ആധുനിക ഭക്ഷണരീതിയും വ്യായാമക്കുറവും പരക്കെ ചർച്ച ചെയ്യപ്പെടും എന്നാൽ എത്ര ചർച്ച ചെയ്താലും പരിഹാരമില്ലാതെ തുടരുന്ന ഒന്നുണ്ട്,

അതു ജീവിതത്തിലെ സമ്മർദ്ദമാണ്. പല വിധത്തിലാകാം അത്. വീടുമായി ബന്ധപ്പെട്ട വിഷയങ്ങൾ, സാമ്പത്തിക പ്രാരാബ്ധങ്ങൾ, ജോലി സമ്മർദ്ദം, ശമ്പളം കൃത്യമായി കിട്ടുമോ എന്ന ചിന്ത, തന്നേക്കാൾ നന്നായി ജീവിക്കുന്ന കൂട്ടുകാരും നാട്ടുകാരും ഉള്ളിൽ നമ്മളറിയാതെ നിറയ്ക്കുന്ന താരതമ്യങ്ങൾ, ഇണയുടെ കളിയാക്കലോ, കുറ്റപ്പെടുത്തലോ... അങ്ങനെ സമ്മർദ്ദങ്ങൾ ഉണ്ടാകുവാൻ

ധാരാളം വഴികളുണ്ട്. പക്ഷേ അത് അതിജീവിക്കുവാൻ ഏറെ വഴികളൊന്നുമില്ല. ക്ഷമയും, വൈകാരികതയിൽ പെട്ടു പോകാതിരിക്കലുമാണ് പ്രധാനം. കാലം മാറ്റാത്ത പ്രശ്നങ്ങളില്ല എന്നതാണു സത്യം. അവിടെ ക്ഷമ പാലിക്കാതെ മാർഗമൊന്നുമില്ലതന്നെ.

ഹൃദയാരോഗ്യത്തിനു വ്യായാമവും ചിട്ടയായ ഭക്ഷണ ശീലവും അത്യാവശ്യമാണ്. തുല്യ പ്രാധാന്യമുണ്ട് മാനസികാരോഗ്യത്തിനും. ഭാവിയെക്കുറിച്ചുള്ള ഉത്കണ്ഠയാണ് മുക്കാൽപങ്ക് പ്രശ്നങ്ങളും സൃഷ്ടിക്കുന്നത്. ഇന്ന് വൈകുന്നേരം അടുത്ത വർഷത്തെ ദുരിതങ്ങളെക്കുറിച്ചു ചിന്തിക്കാനിരുന്നാൽ എന്താവും ഫലം? പല ഉത്കണ്ഠകളും തീർത്തും അനാവശ്യമായവയായിരുന്നുവെന്ന് സ്വന്തം ജീവിതം മാത്രമെടുത്ത് പരിശോധിച്ചാൽ പിടി കിട്ടും. ഉദാഹരണത്തിന്, സ്ക്കൂളിൽ പഠിക്കുമ്പോൾ കണക്കുസാർ അടിക്കുമോ എന്ന ഭയം ഉണ്ടായിട്ടില്ലാത്ത എത്ര കുട്ടികൾ ഉണ്ടാകും? ഏതെങ്കിലുമൊരു അദ്ധ്യാപകൻ എപ്പോഴെങ്കിലും അടിച്ചേക്കുമെന്ന ഭയം സ്കൂൾതലം വിടും വരെ നമ്മൾ സൂക്ഷിച്ചിരുന്നു. എന്നാൽ എത്രവട്ടം അടി കിട്ടി എന്നു ചോദിച്ചാൽ വളരെ കുറവ് എന്നാവും ഉത്തരം. ആ കിട്ടിയതൊക്കെ തീർത്തും അപ്രതീക്ഷിതമായിട്ടാവും. അതിനാൽ തന്നെ അതിന്റെ ആഘാതം അധിക സമയം നീണ്ടു നിന്നിട്ടുമുണ്ടാകില്ല. പിന്നേയും കുറേനാൾ കഴിഞ്ഞപ്പോൾ നാമത് മറക്കുകയും ചെയ്തിരിക്കും. എന്നാൽ അപ്പോഴേക്കും മാലയിലെ മുത്തുപോലെ അടുത്ത ഒരു ഭയം ഉള്ളിലേക്ക് എടുത്തിട്ടുമുണ്ടാകും. ഓരോ ജീവിതഘട്ടവും പരിശോധിക്കുക, ഓരോവട്ടവും കഠിനമായ ഘട്ടം പിന്നിടുമ്പോൾ നമ്മൾ കരുത്താർജ്ജിക്കുന്നുണ്ട്. അതുപോലെ എത്ര മോശം സാഹചര്യമാകട്ടെ, ഒരു ഉത്തരം ഉരിത്തിരിഞ്ഞു വരും. പ്രശ്നപരിഹാരത്തെക്കുറിച്ച് മാത്രം ചിന്തിച്ചാൽ മതി. അതായത് പ്രശ്നങ്ങൾ വരും പോകും എന്നൊരു നിലപാട്. സ്വന്തം ജീവിതം അതിനേക്കാൾ വിലപ്പെട്ടതാണെന്ന വിശ്വാസം, അതു നമ്മുടെ ഹൃദയത്തിനും കരുത്തേകും.

നമുക്ക് മനസ് എവിടെയാണ് എന്നു ചോദിച്ചാൽ നെഞ്ചിനുള്ളിൽ, ഹൃദയത്തിനുള്ളിൽ എന്നു പറഞ്ഞാണു ശീലം. അതിനാൽ തന്നെ ഹൃദയാരോഗ്യത്തെക്കുറിച്ചു പറയുമ്പോൾ മനസും കടന്നു വരുന്നു. പൊടുന്നനെ ജീവൻ നഷ്ടമായ ധാരാളം മനുഷ്യർ... അവരെക്കുറിച്ചു ചിന്തിച്ചു കൊണ്ട് ഏറെ സ്നേഹത്തോടെ...

○○

14
നെഞ്ചിൽ നെരിപ്പോടെരിയുന്നവർ

ഒരു രാവ് ഉറക്കമില്ലാതെ കടന്നു പോയി! കണ്ണടയ്ക്കുമ്പോൾ അയാളുടെ മുഖം തെളിയുന്നു. തലേന്നു വരെ കൂടെ ജോലി ചെയ്തിരുന്ന വ്യക്തി. പ്രോജക്ടിലെ ജോലിക്കാർക്കിടയിൽ ഒരാൾ. തൊട്ടടുത്ത മുറിയിൽ, ഒരു ചുമരിന്റെ അകലത്തിൽ, രാത്രിയിലെ ഉറക്കത്തിൽ മരണത്തിന്റെ പുതപ്പു പുതച്ചു. തൊട്ടടുത്ത മുറിയിൽ എ സി യുടെ കൃത്രിമ തണുപ്പിൽ കടലിനക്കരെയുള്ള ഹൃദയബന്ധങ്ങളുടെ ഓർമ്മച്ചൂട് നെഞ്ചോടു ചേർത്തു ഞാൻ ഉറങ്ങുകയായിരുന്നു. അയാളുടെ മുറിയിലെ മറ്റ് നാലുപേരും തൊട്ടടുത്ത് ഒരു ജീവൻ ചിറകടിച്ചു പറന്നു പോയതറിഞ്ഞില്ല!

ഇതൊരു സാധാരണ സംഭവമാകുന്നു ക്യാമ്പിൽ. പ്രായഭേദമില്ലാതെ പൊടുന്നനെ ചിലർ ജീവൻ നിലച്ചവരാകുന്നത് ഷോക്കിങ് ന്യൂസ് അല്ലാതാകുന്നു. മരവിച്ച ശരീരം മോർച്ചറിയിലേക്കു മാറ്റുന്നതുവരെ ചിലർ ഒപ്പമുണ്ടാകും. മോർച്ചറിയുടെ തണുപ്പിൽ ആ ശരീരം വിറങ്ങലിക്കുമ്പോൾ ആത്മാവ് തേടുന്നതാരെയാവും? നാട്ടിൽ നിന്നകലെ, ഉറ്റവരിൽ നിന്നകലെ, ഉറങ്ങുന്നതിനു മുൻപ് അയാളും ഓർത്തിരിക്കും നാളെയെക്കുറിച്ച്. അതിന്റെ സമ്മർദ്ദം എന്നുമെന്ന പോലെ അന്നും നെഞ്ചിലൊരു നെരിപ്പോട് എരിച്ചിരിക്കാം. ഒടുവിൽ എല്ലാ സങ്കടങ്ങളും ആധികളും മാറ്റിവെച്ച് ഏകനായി...

എന്നെത്തേടി നാട്ടിൽ നിന്നും സുഹൃത്തുക്കളുടെ വിളികൾ ഇടക്കു കടന്നു വരാറുണ്ട്. അനിശ്ചിതത്വം ഓരോ വിളിയിലും പ്രതിധ്വനിക്കുന്നു.

വലിയൊരു പ്രതിസന്ധിഘട്ടത്തിലൂടെ കടന്നു പോവുകയാണു നാം. നാട്ടിലും ദിനംപ്രതി ഇരുപതും ഇരുപത്തഞ്ചും മരണങ്ങൾ. ഒരു കേസ് വന്നപ്പോൾ പ്രദേശമാകെ അടച്ചിട്ട നാളുകൾ ഓർമ

വരുന്നു. ഇപ്പോൾ ദിനംപ്രതി പതിനായിരത്തോടക്കുമ്പോൾ നമ്മൾ ഭയക്കുന്നതു രോഗത്തെയല്ല. എങ്ങനെ ജീവിക്കുമെന്ന ചിന്തയെ ആണ്. രോഗത്തെ ഭയന്ന് അടച്ചിരിക്കുവാൻ സാധിക്കുക ഒരു കൂട്ടർക്കു മാത്രമാണ്. അവർ സർക്കാർ ജീവനക്കാരും പെൻഷൻ പറ്റിയവരുമാണ്. കൃത്യമായി ശമ്പളം കിട്ടുന്നവൻ അന്നം മുട്ടുമെന്നു ഭയക്കേണ്ടതില്ല. എന്നാൽ ജോലിസ്ഥിരതയില്ലാത്ത പ്രവാസികളും, നാട്ടിലെ അന്നന്നു കൂലിപ്പണി ചെയ്യുന്നവരും ജീവിതം മുന്നോട്ടുരുട്ടുവാൻ എന്തു ചെയ്യും?

നാട്ടിൽ ഇനി വരാൻ പോകുന്നത് ജീവസന്ധാരണത്തിനു പൊതു യാത്രാസംവിധാനങ്ങൾ ഇല്ലാതാകുന്ന കാലമാണ്. റെയിൽവേ മെയിൽ എക്സ്പ്രസ്സുകൾ അവസാനിപ്പിക്കുകയാണ്. റൂട്ടുകൾ സ്വകാര്യവത്കരിക്കുന്നു. കോട്ടയത്തുനിന്നും വേണാടിൽ തിരുവനന്തപുരത്തു ജോലിക്കെത്തുന്നവരുടെ കാലം ഇനി അധികനാൾ ഉണ്ടാകില്ല. ബസുകളും ലാഭകരമല്ലാത്തവ നിൽനിൽക്കില്ല. ഫലം പൊതുഗതാഗതം ചിലവേറിയതാകുമ്പോൾ ജീവിതച്ചിലവു കുതിച്ചുയരും. ഉള്ള ജോലി സംരക്ഷിക്കുവാൻ കുറഞ്ഞ വേതനത്തിൽ ജോലി ചെയ്യുവാൻ തയ്യാറാകേണ്ടി വരും.

അടുത്ത സമയത്ത് ഒരു സുഹൃത്തിനോടു സംസാരിച്ചു. അദ്ദേഹത്തിനു തലയിൽ മുടി വട്ടത്തിൽകൊഴിയുന്നു. ഡോക്ടർ പറഞ്ഞത് അമിത ജീവിത സമ്മർദ്ദം ഒരു കാരണമെന്നാണ്. പ്രിയ കൂട്ടുകാരിക്ക് അലർജി, അതിന്റെ കാരണവും അത് തന്നെ! നമ്മൾ ഓരോ ദിവസവും മൂർച്ചയേറിയ കത്തിക്കു മുകളിലൂടെ സഞ്ചരിക്കുന്നവരാവുകയാണ്. ഭാവിയെപ്രതി ആശങ്ക എന്നതു മാറി ഇന്നിനെ പ്രതി പോലും ആശങ്കപ്പെടേണ്ട അവസ്ഥ. ഈ സ്ഥിതിയിൽ ഉലയുന്ന കുടുംബ ബന്ധങ്ങളും സ്നേഹ രാഹിത്യവും ഒരു രാത്രിയിൽ, ഒരുറക്കത്തിൽ ഹൃദയം, 'മതി' എന്നു നിശ്ചയിച്ചാൽ?

അവിടെ തീരും ആശങ്കകൾ.., അല്ലേ?

തൊട്ടടുത്ത മുറിയിലായിരുന്നു അയാൾ ഉറങ്ങിയിരുന്നത്.

എനിക്കയാളുടെ മുഖം ഓർക്കേണ്ട ആവശ്യം അന്നുവരെ ഉണ്ടായിരുന്നുമില്ല. കൂട്ടത്തിൽ ഒരു തൊഴിലാളി അത്ര മാത്രം.

പക്ഷേ തണുത്തു പോയ അയാളുടെ ശരീരം എന്റെ മുന്നിലൂടെ ട്രോളിയിൽ കടന്നു പോകുമ്പോൾ ഞാനറിഞ്ഞു, ഞാനും അയാളും തമ്മിൽ വ്യത്യാസമില്ലെന്ന്!

൦൦

15

ലോകം ഷാർജയിൽ നിന്ന് വായിക്കുന്നു ...

പുസ്തകങ്ങളുടെ, വായനയുടെ വസന്തകാലം പിന്നെയും വരവായ്.... നവംബറിന്റെ ചെറു കുളിരിൽ, വിശാലമായ ഹാളുകളിൽ, മനോഹരമായ പവലിയനുകളിൽ അനുവാചകരെക്കാത്തു പുസ്തകങ്ങൾ!

ഇനി ലോകത്തെ മൂന്നാമത്തെ വലിയ പുസ്തകോത്സവത്തിന്റെ നാളുകളാണ്. നവംബർ നാലിന് ആരംഭിച്ചു പതിനാലിന് അവസാനിക്കുന്ന ഷാർജ പുസ്തകോത്സവത്തിന് കൊടി ഉയർന്നിരിക്കുകയാണ്.

ഓരോ വായനക്കാരന്റെയും, പ്രത്യേകമായിപ്പറഞ്ഞാൽ ഓരോ പ്രവാസി മലയാളി സാഹിത്യ കുതുകിയുടേയും തൃശ്ശൂർപൂരമാണ് ഷാർജ അന്താരാഷ്ട്ര പുസ്തകമേള. പൂരപ്പറമ്പിലെന്നവണ്ണം വർഷാവർഷം, അടുത്ത മേളയിൽ കണ്ടുമുട്ടാം എന്നഭിവാദ്യം ചെയ്തു മടങ്ങുന്ന എത്രയെത്ര സാഹിത്യ പ്രേമികൾ.

വ്യക്തിപരമായി പറഞ്ഞാൽ വലിയ തിരക്കിൽ തികച്ചും ഏകാകിയാകുവാൻ സാധിക്കുന്ന ഇടം കൂടിയാണ് ഇവിടം. മനസ്, പുസ്തക ഗന്ധത്തിൽ മുങ്ങിനീരാടി, പാതി സ്വപ്നത്തിലെന്നവണ്ണം പുസ്തകങ്ങളെ തൊട്ടും തലോടിയും, ആരും കാണാതെ പ്രിയപ്പെട്ട പുസ്തകങ്ങളെ നെഞ്ചോടു ചേർത്തു പിടിച്ചും ദിവസങ്ങൾ ചിലവിടാം. ചുറ്റിലും പുസ്തക പ്രകാശനങ്ങൾ നടക്കുന്നുണ്ടാവും. ചിലപ്പോൾ അവിചാരിതമായി ഏറ്റവും പ്രിയപ്പെട്ട എഴുത്തുകാരൻ തികച്ചും സാധാരണക്കാരനായി യാതൊരു താരപരിവേഷവുമില്ലാതെ നമ്മളോടു ചിരിക്കുകയോ കുശലം ചോദിക്കുകയോ ചെയ്തുവെന്നു വരാം.

നിങ്ങൾക്കറിയുമോ ഈ മേളയിൽവെച്ച് എഴുത്തുകാർക്ക് അനുവാചകന്റെ ഹൃദയതാളം തൊട്ടറിയുവാനാകുമെന്ന്? വരുംകാല

എഴുത്തുകൾക്കായി നിറയെ ഊർജ്ജം സംഭരിക്കാം ഇവിടെ നിന്ന്. കൃത്രിമ ശീതളിമയിൽ, കൃത്രിമ വെളിച്ചത്തിൽ തീർത്തും അകൃത്രിമമായ എത്രമാത്രം സൗഹൃദങ്ങൾ ഈ പവലിനിയനുകൾക്കിടയിൽ നിന്നും പിറവിയെടുത്തിട്ടുണ്ട് എന്ന് പുസ്തകങ്ങൾ സാക്ഷ്യം പറയും. പുതിയ പുസ്തകങ്ങൾ മാത്രമല്ല തേടി നടന്ന പല അപൂർവ്വ പുസ്തകങ്ങളും നിധിപോലെ കണ്ടുകിട്ടാം.

മഹാമാരിയുടെ ഇക്കാലത്ത്, മറ്റ് പുസ്തകോത്സവങ്ങൾ സംഘടിക്കപ്പെടാതിരിക്കുന്നിടത്താണ് ഷാർജ ബുക്ക് ഫെസ്റ്റിവൽ വ്യത്യസ്തമാകുന്നത്. 39-ാമത്തെ അന്താരാഷ്ട്ര പുസ്തകോത്സവം ഇക്കുറി കോവിഡ് മാനദണ്ഡങ്ങൾക്കനുസൃതമായി നടത്തിക്കുക എന്ന വെല്ലുവിളി ഷാർജ ഭരണാധികാരിയും യുഎഇ സുപ്രീം കൗൺസിൽ അംഗവുമായ ഷൈഖ് ഡോ. സുൽത്താൻ ബിൻ മുഹമ്മദ് അൽ ഖാസിമിയുടെ നേതൃത്വ മികവിന് പൊൻതൂവൽ ചാർത്തുന്നു. ഒരു ദിവസം 5000 പേർക്കു മാത്രമായി പ്രവേശനാനുമതി നിജപ്പെടുത്തിയിരിക്കുന്നുവെങ്കിലും വെർച്ചലായി ധാരാളം പരിപാടികൾ സംഘടിപ്പിക്കുന്നുവെന്നതിനാൽ അകലം പാലിച്ചിരുന്നു കൊണ്ടും മേളയിലെ വിശേഷങ്ങൾ അടുത്തറിയുവാനാകുമെന്ന പ്രതീക്ഷയുണ്ട്.

ഇനിയുള്ള പത്തു നാളുകളിൽ ലോകം ഷാർജയിൽ നിന്നും വായിക്കട്ടെ.

മുപ്പത്തൊമ്പതാമതു ഷാർജ അന്താരാഷ്ട്ര പുസ്തകമേളയ്ക്ക് എല്ലാ ആശംസകളും നേരുന്നു.

○○

16
അച്ഛൻ, ഇടനെഞ്ചിൽ കനലെരിയുന്ന പുരുഷൻ

അരോവന മത്സ്യത്തെക്കുറിച്ചൊരു വീഡിയോ അടുത്തിടെ കണ്ടിരുന്നു. പെൺമത്സ്യമിടുന്ന മുട്ടകൾ വായിൽ സൂക്ഷിച്ച്, 50 ദിവസം നിരാഹാരമിരുന്നു മക്കളെ പോറ്റുന്ന ആൺ മത്സ്യത്തെക്കുറിച്ചായിരുന്നു അത്.

വളർത്തി വലുതാക്കുന്ന കണക്കുകൾ നിരത്തുമ്പോൾ പത്തു മാസം നൊന്തുപെറ്റ കഥകൾ എക്കാലവും നല്ല റേറ്റിങ്ങ് ഉള്ള ഒന്നാണ്. എന്നാൽ പാവം പുരുഷന്മാരോ? ഗർഭത്തിന്റെ ഉത്തരവാദിത്വമെന്നത് ഒരു വേദിയിലും ചർച്ചക്കിടയാകുന്നില്ല. അവളേയും കുഞ്ഞിനേയും നെഞ്ചോട് ചേർത്തു പിടിക്കുന്ന അവന്റെ പേറ്റുനോവ് പ്രസവ സമയത്താരംഭിക്കുന്നതല്ല എന്നും അവളുടെ അടിവയർ തുടുക്കുന്ന നിമിഷം മുതൽ അതും ആരംഭിക്കുകയാണെന്നും ആരും എവിടെയും ഉദ്ഘോഷിക്കാറില്ല. കാശിന് കാശു തന്നെ വേണമല്ലോ. ആശുപത്രി ചെലവു മുതൽ ജീരകാരിഷ്ടം വരെ നീളുന്ന അസംഖ്യം കാര്യങ്ങൾക്ക് അവനൊരുത്തന്റെ, ഒരേയൊരു വരുമാനമാണാശ്രയം. ഗതികെട്ടു കടം വാങ്ങിയാൽ, അതു വീട്ടുകാരറിഞ്ഞാൽ പൊല്ലാപ്പു വേറെ. അവന്റെ ആ ധർമ്മസങ്കടവും ഒരാളും അറിയില്ല. ഇനി അറിഞ്ഞാലെന്താ, ആണല്ലേ?

അതെ, ആണാണ്. ഒപ്പം മനുഷ്യനുമാണ്. അമ്മയുടെ വേദനയും അച്ഛന്റെ ത്യാഗവും ഒരേ നാണയത്തിന്റെ രണ്ടു പുറങ്ങളാണെന്ന് എന്താണ് നാമിനിയും പരിഗണിക്കാത്തത്?

ആണിന്റെ കണ്ണു നിറയരുതത്രേ... എന്തേ അവന്റെ കണ്ണീരിൽ ഉപ്പുരസമില്ലാഞ്ഞിട്ടോ? എല്ലാ ഭാരവും ചുമലുകളിലേൽക്കുമ്പോൾ അവന്റെ തളരുന്ന മനസു കാണാൻ കുടുംബം ഒപ്പമില്ലെങ്കിൽ?

നമ്മൾ പ്രവാസികൾ.. മരുഭൂമിയിലെ പകലിന്റെ കടുത്ത ചൂടും, രാവിലെ തണുപ്പിന്റെ സൂചിമുനക്കുത്തും ഏറ്റുവാങ്ങുന്നവർ,

ഓരോ ദിവസവും മൂന്നടി വീതിയിലെ കട്ടിലിൽ പ്രിയപ്പെട്ടവരുടെ മുഖം മനസിൽ സൂക്ഷിച്ച്, ഇടനെഞ്ചു വിങ്ങി, തലയിണയിൽ വീണ കണ്ണീർച്ചാൽ തുടച്ചു, പിറ്റേന്നു ജോലി ചെയ്യുവാൻ വേണ്ടി മാത്രം ഉണരാനായി ഉറങ്ങുന്നവർ; മടുപ്പിക്കുന്ന കുബ്ബൂസ്, ഇത്തിരി തൈരോ ഇറച്ചിക്കറിയോ വിശപ്പിന് മാത്രം കഴിച്ചുവെന്ന് വരുത്തി ഓരോ ചില്ലിക്കാശും മിച്ചംപിടിക്കാൻ ശ്രമിക്കുന്ന പ്രവാസിയുടെ കണ്ണീർക്കഥയ്ക്ക് വീഡിയോയിലെ അമ്പതുദിവസം നിരാഹാരം കിടക്കുന്ന ആൺമത്സ്യത്തിന്റെ റീച്ചു കിട്ടില്ല വായനക്കാർക്കിടയിൽ. എന്നിട്ടും ആരെങ്കിലും പ്രവാസിയുടെ ദുരിതം വരച്ചിട്ടാൽ, അവന്റെ ഹൃദയവേദന എഴുതിയാൽ, വെറും ക്ലീഷേ എന്നു പുച്ഛിക്കപ്പെടാം.

അതെ, പുച്ഛിക്കപ്പെടണം ഓരോ അച്ഛനും. കാല് വളരുന്നോ കൈവളരുന്നോ എന്നു കണ്ടുനിൽക്കുന്ന അച്ഛന്റെ സ്വപ്നങ്ങൾക്കു യാതൊരു പ്രസക്തിയും പിൽക്കാലത്ത് ഉണ്ടാകുമെന്നു പ്രതീക്ഷിക്കുവാൻ വയ്യ. അങ്ങനെ പ്രതീക്ഷിക്കുന്നതും അപരാധമാകുന്ന കാലമാണ്.

ഇടനെഞ്ചിൽ കനലെരിയുന്ന അഗ്നികുണ്ഡമാണ് പുരുഷൻ.

അവൻ കരയുവാൻ പാടില്ലെന്നു മാത്രം പറയരുത്...

○○

17
പരിഭവക്കുമിളകൾ

അവധിയുടെ ആലസ്യത്തിൽ ഒരു പകലുറക്കത്തിനിടയിലാണ് ആ വിളി വന്നെത്തിയത്. മറുതലയ്ക്കൽ നിന്നുവന്ന ശബ്ദത്തിലെ ചിരപരിചിതത്വം ശരീരത്തിൽ ഒരു വിറ പടർത്തി. ഇത്ര കാലം! വർഷങ്ങൾക്കു ശേഷമാണാ ശബ്ദം എന്നെത്തേടി എത്തിയത്. ജോലി കഴിഞ്ഞ് മടങ്ങിയെത്തുന്ന വൈകുന്നേരങ്ങളിലും വാരാന്ത്യങ്ങളിലും, ജോലി മാത്രമല്ല ഒരു ജീവിതം കൂടി മുന്നിലുണ്ടെന്ന് എന്നെ ഓർമ്മിപ്പിച്ചിരുന്ന സൗഹൃദം. പാതിരാവോളം നീണ്ടു നിൽക്കുന്ന സാഹിത്യ ചർച്ചകൾ, പാട്ടുകൾ, കവിതകൾ, പിന്നെ പറഞ്ഞുതീരാത്ത വർത്തമാനങ്ങളുമായി പാർക്കിലെ ബെഞ്ചിൽ ചിലവിട്ട സന്ധ്യകൾ.... മെല്ലെ, വളരെ സാവകാശമാണ് ആ കണ്ടുമുട്ടലുകൾ അവസാനിച്ചത്. അന്നതിന് ന്യായങ്ങളുണ്ടായിരുന്നു. ഓഫീസിൽ തിരക്ക്,

നാട്ടിലേക്കുള്ള പോക്ക്, കുടുംബവുമായി ഷോപ്പിങ്ങ്...മെല്ലെമെല്ലെ ന്യായങ്ങൾ പറഞ്ഞു ബോധിപ്പിക്കേണ്ടതില്ലാത്ത വിധം രണ്ടു പേരും തിരക്കിന്റെ മായാമൂടുപടത്തിലൊളിച്ചു.

അടുത്ത ഘട്ടം മറ്റൊന്നായിരുന്നു.

അവൻ വിളിച്ചിട്ടെത്ര കാലമായി. അങ്ങോട്ടു വിളിക്കുന്നില്ല, ഇങ്ങോട്ടു വിളിക്കട്ടെ!

ഒരിക്കലും അങ്ങോട്ടോ ഇങ്ങോട്ടോ വിളികൾ സംഭവിച്ചില്ല! ക്രമേണ ഫോണിൽ ഒരിക്കലും ഉപയോഗിക്കാത്ത നമ്പറുകൾക്കിടയിലെ വെറുമൊരു പേരും നമ്പറുമായി, മറ്റൊരു കോൺടാക്ട് നമ്പർ മാത്രമായി അവൻ.

ഒടുവിൽ വർഷങ്ങൾക്കിപ്പുറം ആ വിളി കടന്നുവന്നപ്പോൾ ഞാനറിയുന്നു എന്റെ ഓർമ്മകളിൽ എന്റെ ആ പ്രിയപ്പെട്ട സൗഹൃദം എത്ര ഭദ്രമായി ഒളിഞ്ഞിരിക്കുകയായിരുന്നുവെന്ന്...

'അനിലേട്ടാ' എന്ന ഒറ്റ വിളിയിൽ പരിഭവങ്ങളെല്ലാം എത്ര പെട്ടെന്നാണ് അലിഞ്ഞു പോയത്!

ഇതൊരു തിരിച്ചറിവാണ്. നമ്മൾ ചെറിയ ഈഗോകളിൽപ്പെട്ടും, ചിലപ്പോഴെങ്കിലും ജീവിത സാഹചര്യങ്ങൾ കൊണ്ടും അകറ്റി നിർത്തുന്ന സൗഹൃദങ്ങൾ, നമ്മളെ നമ്മളാക്കി നിർത്തിയത് അവയായിരുന്നുവെന്ന തിരിച്ചറിവ് നഷ്ടമാകുന്നത് വലിയ അബദ്ധമാണ്. അപൂർവ്വമായി അതു തിരുത്തുവാൻ നമുക്ക് മുന്നിൽ സാധ്യതകൾ ഉയർന്നുവരും. പക്ഷേ, മിക്കപ്പോഴും അതു സാധിക്കാറില്ല എന്നതാണ് യാഥാർത്ഥ്യം.

ഒന്നു തിരിച്ചുവിളിച്ചാൽ അലിയുന്നതാണ് പരിഭവങ്ങൾ. അതു പരിഭവക്കുമിളകൾ മാത്രമാണ്, സ്നേഹത്തിന്റെ പൊൻസൂചി കൊണ്ടൊന്നു തൊട്ടാൽ പൊട്ടിയമരുന്നവ.

സ്നേഹമാണു പ്രധാനമെന്ന്, ഓർമ്മകളാണതിന്റെ ആധാരശിലയെന്ന് എന്നെ പഠിപ്പിച്ച എന്റെ പ്രിയ സ്നേഹിതനെ, പ്രിയപ്പെട്ട വിഷ്ണുവിനെ ചേർത്തുപിടിച്ചുകൊണ്ട്, ഏറെ സ്നേഹത്തോടെ ആശ്വാസത്തോടെ മരുഭൂമിയുടെ ചൂടിലും തൊട്ടെടുക്കാനാകുന്ന സ്നേഹക്കുളിരിൽ ഞാനൊരു നല്ല സ്വപ്നം കണ്ടു മയങ്ങട്ടെ.

○○

18
ക്രിസ്മസ് ആശംസകൾ....

അങ്ങനെ 2020 വിടപറയുന്നു. കാലാകാലങ്ങളായുള്ള ആചാരവെടിയും ഗദ്ഗദ, നൊസ്റ്റാൾജിയകളുമൊന്നും 2020നെ അകമ്പടി സേവിക്കാനില്ല. ഒന്നു പോയിത്തരുമോ എന്നാണ് എല്ലാരുടേം ഭാവം. അല്ല, എങ്ങനെ സഹാനുഭൂതി തോന്നുമീ 2020 നോട്.

അത്രയ്ക്കായിരുന്നില്ലേ ചെയ്ത്ത്?

ഒരു കൊറോണ ലോകം മൊത്തം പിടിച്ചുലച്ചില്ലേ?

ആരാണ് ഇതിൽ ഭയക്കാതിരുന്നത്?

യതൊരു നന്മയും 2020 നൽകിയില്ലെന്നാണോ?

അല്ല... അല്ലെന്നാണ് എന്റെ പക്ഷം. കാരണം പുതുതായി നമ്മൾ എന്തൊക്കെ പഠിച്ചു...

ആദ്യമായി അതിരാവിലെ മെട്രോയിലും, അപ്പനാ അപ്പനാ കാറിലുമൊക്കെയായി ധൃതി പിടിച്ച് ഓഫീസിലേക്ക് ഓടിയിരുന്നവരുടെ എണ്ണം ശടേന്നു കുറഞ്ഞു. പണി വീട്ടിലിരുന്നും ചെയ്യാമെന്നായി. ചിലർക്കെങ്കിലും അതു പണിയായി എന്നതു കണക്കിലെടുത്തിട്ടില്ല. പിന്നെ, അനാവശ്യ കറങ്ങിനടപ്പു കുറഞ്ഞു. ക്ലാസ്സുകൾ ഓൺ ലൈനിലായപ്പോൾ പഠിക്കാൻ താത്പര്യമുള്ളവർക്കു എവിടിരുന്നു വേണേലും പഠിക്കാം എന്നായി. ഇഷ്ടം പോലെ കോഴ്സുകൾ...

തീർന്നില്ല ഏതൊരു കാര്യത്തിലും നടന്നു തേഞ്ഞ പാത വിട്ടു ചിന്തിക്കേണ്ട അവസ്ഥ വന്നതും കോവിഡ് കാരണമാണല്ലോ

അപ്പോൾ അത്ര മോശമല്ലാല്ലേ 2020?

ഏതായാലും ഇന്നു ക്രിസ്മസ്.... ഇപ്പോൾ യേശുദേവന്റെ മുഖത്തൊരു പുഞ്ചിരി തെളിയുന്നുണ്ടാവണം. ഭൂമി തീരെ ജീവിക്കാൻ കൊള്ളരുതാത്ത ഒന്നല്ല എന്നു വീണ്ടും മനുഷ്യർ ചിന്തിച്ചു തുടങ്ങിയിരിക്കുന്നു. മഹാമാരിയുടെ സംഹാര താണ്ഡവം ഒന്നു

ശാന്തമായിരിക്കുന്നു.

പുൽക്കൂടുകളിൽ നക്ഷത്രം മിഴിതുറക്കുമ്പോൾ മനുഷ്യരുടെ ഹൃദയത്തിൽ പരസ്നേഹത്തിന്റെ നക്ഷത്രങ്ങൾ പൊട്ടിവിരിയട്ടെ.

എല്ലാവർക്കും ക്രിസ്മസ് ആശംസകൾ നേരുമ്പോൾ പ്രതീക്ഷയുടെ വെട്ടമായി നമുക്കു മുന്നിൽ കോവിഡ് വാക്സിൻ അവതരിച്ചിട്ടുണ്ട്.

പുത്തൻ പ്രതീക്ഷകൾ വീണ്ടും നാമ്പിടുന്നു. അവൻ പറഞ്ഞ പോലെ നമുക്കു സ്നേഹിക്കാം പരസ്പരം.

○○

19
അങ്ങനെ അതും കഴിഞ്ഞു

ഭീതിയോടെ നോക്കിനിന്ന വിരുന്നുകാരൻ വന്നുപോയി! കൊറോണയെക്കുറിച്ചാണ്. കഴിഞ്ഞ മാർച്ചുമാസം മുതൽ വർദ്ധിച്ചുവന്ന കോവിഡ് കേസുകൾക്കിടയിൽ ജീവിക്കുമ്പോൾ, കൊറോണ പിടിപെടാൻ സാധ്യത ഏറെ ഉണ്ടായിരുന്ന ആ സമയത്ത് ഭയത്തേക്കാൾ നിസ്സഹായതയായിരുന്നു. പിടിപെട്ടാൽ...? കാരണം, കൺമുന്നിൽ പൊലിഞ്ഞ ജീവനുകൾ ഉള്ളിൽ നടുക്കംപടർത്തി. അന്യദേശത്തു പ്രിയപ്പെട്ടവരെ കാണാതെ പൊടുന്നനെ മരണത്തിന്റെ കൈപിടിച്ച് കടന്നുപോയവരുടെ എണ്ണം വർദ്ധിച്ചു വരികയായിരുന്നു ആ നാളുകളിൽ. മുഖം കാണാതെ, പൊതിഞ്ഞു മോർച്ചറിയുടെ തണുപ്പിലേക്കു പ്രവേശിച്ച ആ മനുഷ്യരിൽ പലപ്പോഴും ഞാൻ എന്നെക്കണ്ടു. മോർച്ചറി വാതിൽക്കൽ ആരെന്നുമെന്തെന്നുമറിയാതെ കണ്ണു നിറഞ്ഞു ഞാൻ നിന്നു.

പിന്നെ, പതിയെ എല്ലാം ജീവിതത്തിന്റെ ഭാഗമായി. കോവിഡ് കേസുകളുടെ എണ്ണം കുറഞ്ഞു തുടങ്ങി. കോവിഡ് വാർഡുകളുടെ മുന്നിലെ ബോർഡുകൾ നീക്കം ചെയ്യപ്പെട്ടു. എല്ലാം സാധാരണമായി എന്ന തോന്നൽ വന്നുതുടങ്ങി. ഒപ്പം വലിയ അപകടത്തിൽ നിന്നും സ്വയം രക്ഷപ്പെട്ടുവെന്ന ഒരു തോന്നലും രൂപം കൊണ്ടു. ജനങ്ങൾ മാളുകളിലേക്കു കൂടുതലായ് കടന്നുവരുന്നതും, നിരത്തുകളും മെട്രോയും പഴയ മട്ടിൽ സജീവമാകുന്നതും കണ്ടു നിന്നു. മാറ്റങ്ങൾ ഇല്ലെന്നല്ല. ബിനുവും ഈപ്പനും സന്തോഷുമൊക്കെയായി രാത്രികൾ സജീവമാക്കിയിരുന്ന ചർച്ചകൾ എന്നോ അവസാനിച്ചിരിക്കുന്നു. വല്ലപ്പോഴും ഫോണിലൂടെ കുശലാന്വേഷണങ്ങൾ....

എന്നാൽ എല്ലാം അവിടംകൊണ്ടും തീരുന്നില്ലല്ലോ. ഭയന്നിരുന്നതു കടന്നുവന്നു. പനിയും തലവേദനയും ജലദോഷവും ചുമ

യും ശരീരവേദനയും... അങ്ങനെ പഞ്ചവാദ്യ അകമ്പടിയോടെയാണ് കോവിഡ് എന്നിലേക്കു വിളിക്കാതെ കടന്നുവന്നത്. ഗന്ധമറിയുവാനുള്ള കഴിവ് പൂർണ്ണമായും നഷ്ടമായ അന്നുതന്നെ പോസിറ്റീവ് എന്ന അറിയിപ്പ് എത്തി. പിന്നെ മുറിയിൽ സ്വയം ബന്ദിയായ കിടപ്പ്. ആരും അടുത്തു വരാനില്ല. വരാനും പാടില്ല. പകൽ പോയതും രാത്രി വന്നതും ദിവസങ്ങൾ കടന്നുപോയതും അറിഞ്ഞില്ല! കട്ടിലിൽ സമയബോധമില്ലാതെ കഴിഞ്ഞുകൂടിയ ദിനങ്ങളിൽ, പനി വിട്ടു നിൽക്കുമ്പോൾ തെളിയുന്ന അല്പബോധത്തിൽ ഞാൻ എന്നോടു തന്നെ മിണ്ടിത്തുടങ്ങി. നാട്ടിലെ പ്രഭാതങ്ങളും അമ്പിളിയിട്ടു നൽകുന്ന ചൂടു ചായയും, ചാരുകസേരയും, വായിച്ചു മടക്കിവെച്ച പുസ്തകങ്ങളും എന്റെ ചുറ്റും മായക്കാഴ്ചയൊരുക്കി. അബോധത്തിൽ ഞാനവളെ നീട്ടി വിളിച്ചിരിക്കാം, 'ടേയ്... ഒരു കട്ടനിങ്ങ് എടുത്തേ' എന്നു പറഞ്ഞിരിക്കാം. കടുത്ത തലവേദനയിൽ നെറ്റിയിൽ തണുത്ത വെള്ളത്തിൽ തുണി മുക്കിയിടുവാൻ വാശിപിടിച്ചിരിക്കാം...

ഞാൻ ഇരുട്ടിലായിരുന്നു. എന്റെ സ്വപ്നങ്ങൾക്കു മാത്രമേ ജീവനുണ്ടായിരുന്നുള്ളൂ... പേടിപ്പിക്കുന്ന സ്വപ്നങ്ങളുടെ ഗുഹായാത്രകൾ!

രുചിയും ഗന്ധവുമറിയാതെ ആഹാരത്തിന് മുന്നിൽ പകച്ചിരുന്ന ദിവസങ്ങൾ ...

മുറിവാതിൽക്കലെത്തി കണ്ണുനിറച്ചു തിരിച്ചുപോകുന്ന ചുരുക്കം ചില സഹപ്രവർത്തകർ...

ഉറക്കത്തിനും ഉണർവ്വിനുമിടയിൽ വന്ന ഫോൺ കോളുകൾക്ക് പറഞ്ഞതെന്ത് എന്നുപോലുമറിയാത്ത മറുപടികൾ...

തൊട്ടടുത്ത മേശപ്പുറത്തിരുന്ന ദാഹജലം കയ്യെത്തി എടുക്കാനാവാതെ പോയ തളർച്ചകൾ... ശ്വാസം കിട്ടാതെ പിടഞ്ഞ രാവിൽ ആംബുലൻസിന്റെ മണിയൊച്ച മുഴങ്ങിയ പേക്കിനാവിലേക്ക് മയങ്ങിപ്പോയത്...

കൊടിയേറ്റം കഴിഞ്ഞു! ഇനി വിളിക്കാതെ വന്ന അതിഥിയുടെ മടങ്ങിപ്പോക്ക്. ആഹാരം കഴിക്കാതെ ശരീരം നന്നായി മെലിഞ്ഞിരിക്കുന്നു. ദിവസങ്ങളായി ഷേവു ചെയ്യാതെ നീണ്ട താടിരോമങ്ങൾ ഒരു രോഗിയുടെ മുഖഭാവത്തിനു ഏറ്റവും അനുയോജ്യമായതു തന്നെ. താളം തെറ്റിയ ദിനചര്യകൾ.

തളർച്ച... വയ്യ... ഒന്നിനും വയ്യ....!

മറികടക്കേണ്ടതീ വയ്യായ്കയാണല്ലോ.

മെല്ലെ, വളരെ സാവകാശം, കാറൊഴിഞ്ഞ മാനം പോലെ പനിയൊഴിഞ്ഞു. പതിയെ ജീവിതത്തിലേക്ക്.

ഇപ്പോൾ വീണ്ടും ജോലിയിൽ പ്രവേശിച്ചിരിക്കുമ്പോൾ ജീവിതത്തിനു മാധുര്യം കൂടുന്നു. ജീവിതശൈലീ രോഗങ്ങളും അനുബന്ധ പ്രശ്നങ്ങളുമുണ്ടായിട്ടും വളരെയേറെ ബുദ്ധിമുട്ടിക്കാതെ കൊറോണയും കടന്നു പോയി! ഇന്നലെ പിറന്നാൾ ദിനത്തിൽ ആദ്യമായി, പിറന്നാൾ സമ്മാനവുമായി ജഗദീഷും സ്മിതയും ഇക്രുമോനും കൂടി അപ്രതീക്ഷിതമായി ഓഫീസിലേക്ക് കടന്നു വന്നപ്പോൾ, എന്റെ ജീവിതത്തിലെ ഏറ്റവും പ്രിയപ്പെട്ട പിറന്നാൾ ദിനമായി അതു മാറി. പ്രവാസ ലോകത്തെ ഏകാന്തവാസത്തിൽ മരുഭൂമിയിലൊരു കുളിർമഴയായി അവരുടെ വരവ്....

ഒപ്പം, പ്രവാസലോകത്ത് വീണുകിട്ടിയ ഏറ്റവും പ്രിയപ്പെട്ട ബന്ധങ്ങളിൽ ഒന്നായ ശ്രീകുമാറേട്ടന്റെ (നാഷണൽ പെയിന്റ്സ്) ഫേസ്ബുക്കിലെ പിറന്നാൾ ആശംസ... സ്നേഹവും വാത്സല്യവും ചാലിച്ചുചേർത്ത ആ ചേർത്തുപിടിക്കൽ ഈ കെട്ടകാലത്തിന്റെ നോവുകളെയെല്ലാം കഴുകിക്കളയുന്നതുമായി!

ശരിയാണ്, കൊറോണ വരും പോകും. പക്ഷേ മനുഷ്യ മനസ്സുകളിലെ സ്നേഹം എന്നുമെന്നുമെന്നും...

○○

20

സ്വപ്നങ്ങൾ കരുതിവെച്ച ബാഗേജുകൾ...

'കഴിഞ്ഞ മാർച്ചിൽ ടിക്കറ്റും റെഡിയാക്കി, പാക്കിങ്ങും പൂർത്തിയാക്കി ദുബായ് തിരുവനന്തപുരം എന്ന ടാഗ് ചെയ്തുവെച്ച വലിയ പെട്ടി ഇപ്പോഴും കട്ടിലിനടിയിലുണ്ട് അനിലേട്ടാ... അതിൽ ചെറിയാൾക്കുള്ള ഉടുപ്പുകളും കളിപ്പാട്ടങ്ങളുമായിരുന്നു കൂടുതലും. ഏതു കൊറോണ വന്നാലും ഇത്തവണ പോകും എന്നുറപ്പിച്ചപ്പോഴാണു വീണ്ടും... അനിലേട്ടാ ഞാനവളെ ഇതുവരെ നേരിട്ടു കണ്ടിട്ടില്ല. ആറു മാസം കൂടുമ്പോൾ ഒന്ന് ഓടിപ്പോയി വന്നിരുന്ന ഞാനാണ് ഇപ്പോ.... എന്റെ ലച്ചൂനേം പാറുനേം കാണാൻ ഇനി എത്ര മാസം....'

അപ്പുറത്തു തൊണ്ടയിടറിയതു ഞാനറിയണ്ട എന്നു കരുതിയാവണം ഫോൺ കട്ടായി. ഗർഭിണിയായ ഭാര്യയെ വീട്ടിലാക്കി മറുനാട്ടിൽ വന്ന്, കുഞ്ഞു ജനിച്ചാൽ രണ്ടു പേരേയും ഒന്നിച്ചു പോയിക്കാണാം എന്നു കരുതി കാത്തിരുന്നതാണവൻ. ഒരു ആറു മാസക്കാരിക്കും നാലു വയസുകാരിക്കും വേണ്ട കുഞ്ഞു ഫ്രോക്കുകൾ വാങ്ങുക, അതിനു ചേരുന്ന മുത്തുമാല വാങ്ങുക, കളിപ്പാട്ടങ്ങൾ ...അങ്ങനെ വളരെ വ്യത്യസ്തനായ ഒരു അച്ഛനെയാണു ഞാൻ അവനിൽ കണ്ടിരുന്നത്. ആറു മാസക്കാരിക്കു വേണ്ടി വാങ്ങിയ കുപ്പായങ്ങൾക്ക് ഇനി ഉപയോഗമില്ല. ഇനി വേണ്ടത് ഒന്നര വയസുകാരിക്കുള്ളതാണ്! നാലുവയസുകാരിയുടേതും മാറ്റിവയ്ക്കാം, അവളും വലുതായി!

പ്രവാസികൾ ഏറെ സങ്കടപ്പെടുന്ന ഒരു നിമിഷമാണ് എല്ലാ തയ്യാറെടുപ്പുകൾക്കുമവസാനം ആ യാത്ര നടക്കില്ല എന്നറിയുന്നത്. അവനും അതിൽ വ്യത്യസ്തനല്ല. ഫോൺ വെച്ചു കഴിഞ്ഞപ്പോൾ ഞാൻ വെറുതേ കട്ടിലിനടിയിലേക്കു നോക്കി. യാത്രക്ക് തയ്യാറാക്കിവെച്ച ഒരു പെട്ടി അവിടെയും അനാഥമായി കിടപ്പുണ്ട്!

അതിരാവിലെ സ്വപ്നങ്ങളെ കണ്ടംതുണ്ടമാക്കുന്ന അലാറങ്ങളുടെ ശബ്ദമില്ലാതെ, മതിവരുവോളം ഉറങ്ങി, ഉണർന്നാലും മടിപിടിച്ച്, പിന്നെ സിറ്റൗട്ടിലെ ചാരുകസേരയിൻ കിടന്നു മുറ്റത്തു പൂത്തുനിൽക്കുന്ന റോസാച്ചെടികളെ നോക്കിയിരുന്ന്, അമ്പിളിയിട്ടു തരുന്ന ചൂടു കട്ടൻ കുടിച്ച്, കാച്ചിലും കപ്പയും പുഴുങ്ങിയത് ആവോളം കഴിച്ച്, ഇഷ്ടമുള്ളതു വായിച്ചും, ഉറങ്ങിയും ഇടയ്ക്ക് പുറത്തെ ചരൽ വഴികളിലൂടെ നടന്നും, കുറേ ദിവസങ്ങൾ. അതാണെന്റെ അവധിക്കാല ആഘോഷം. അതിലൊരു ആനന്ദമുണ്ട്. ആശ്വാസമുണ്ട്. ഓരോ രാത്രിയിലും ഉറങ്ങാൻ കിടക്കുമ്പോൾ നാട്ടിൽ പോകുന്ന ദിവസത്തിലേക്ക് ഒരു ദിവസം കൂടി കുറഞ്ഞു കിട്ടിയല്ലോ എന്ന ആശ്വാസമാണ്. ഓടിയോടിപ്പോകുന്ന ആഴ്ചകളും മാസങ്ങളും അവധിക്കാലമെത്തുമ്പോൾ അതവസാനിക്കരുതേ എന്ന ആഗ്രഹവും.

വീടുവിട്ടു നിൽക്കുന്ന ആണിന്റെ വേവും നോവും ആരും ശ്രദ്ധിക്കില്ല. അവൻ ആണാണല്ലോ! തന്നെ കാത്തിരിക്കുന്ന വീട്ടുകാരുടെ അടുത്തേക്കു എത്താനാകാതെ ഒറ്റയ്ക്കാവുന്ന അവന്റെ നിശ്ശബ്ദമായ കരച്ചിലുകൾ ഒപ്പിയെടുത്ത രാക്കാറ്റുകൾ ഈന്തപ്പനകളോടിക്കഥ പറയുന്നുണ്ടാവും.

ഡിസംബറിൽ നാട്ടിലേക്കുള്ള അവധിക്കാലത്തിന് തയ്യാറെടുത്തിരുന്നപ്പോഴാണ് കൊറോണ ശകുനം മുടക്കിയായത്! പിന്നെ വീണ്ടും ഒരു യാത്രക്കായി തയ്യാറെടുക്കുമ്പോഴാണ് മാനേജ്മെന്റിന്റെ സർക്കുലർ, പുതിയ കൊറോണ സാഹചര്യങ്ങൾ കാരണം ഇനി ഒരറിയിപ്പുണ്ടാകുന്നതുവരെ ആർക്കും അവധി അനുവദിക്കുന്നില്ല എന്ന്! സ്റ്റാഫിനുള്ള മെമ്മോ തയ്യാറാക്കാൻ സെക്രട്ടറിയെ പറഞ്ഞേൽപ്പിക്കുമ്പോൾ, ആരും കാണാതെ എന്റെ പുതിയ ലീവ് ആപ്ലിക്കേഷൻ ചവറ്റുകുട്ടയിലേക്ക് എറിയുകയായിരുന്നു!

നാട്ടിലെത്തി തുറക്കുവാൻ കരുതിവെച്ച ബാഗേജുകൾ മിക്ക പ്രവാസികളുടേയും കട്ടിലിനടിയിൽ ഇരുട്ടത്തു മറഞ്ഞിരിപ്പുണ്ട്. അവധിയും, യാത്രകളും അനുവദിക്കപ്പെടുന്നതും കാത്ത്.

ദാ

21

പ്രവാസജീവിതത്തിൽ സൗഹൃദങ്ങളും സഹകരണവും കടന്നുവരട്ടെ

പ്രവാസജീവിതം വർഷങ്ങൾ പിന്നിടുന്നു. ചെറുപ്പത്തിന്റെ ഊർജ്ജവും ആവേശവും വർഷങ്ങൾ കൊഴിയുന്നതിനിടെ ചോർന്നുപോയിരിക്കുന്നു. ഏകാന്തതയുടെ, അനിശ്ചിതത്വത്തിന്റെ ദിനങ്ങൾ എത്രയോ വട്ടം നിരാശയിലേക്കു തള്ളി വിട്ടിരിക്കുന്നു. ഒപ്പം കാത്തുകാത്തിരിക്കുന്ന ഒരു അവധിക്കാലം പോലും അന്യമാക്കുന്ന കൊറോണക്കാലവും! മഴ പെയ്തു തീർന്ന് മാനത്തു മഴക്കാറും കോളും ഒഴിയുന്നപോലെ നിരാശയും ദുഖങ്ങളും ഓടിയൊളിച്ചിരിക്കുന്നു. മനുഷ്യർ അങ്ങനെയാണ്, സ്വന്തം ദുഃഖങ്ങളിൽ ആവശ്യത്തിലേറെ ദുഃഖിക്കുകയും സന്തോഷങ്ങളിൽ മറ്റെല്ലാം മറക്കുകയും ചെയ്യും. എന്നാൽ ചിലരുണ്ട് നിത്യ ദുരിതത്തിലേക്ക് പൊടുന്നനെ അകപ്പെട്ടു പോകുന്നവർ. നാലു ദിവസത്തെ ഏകാന്തത പോലും നമ്മെ തളർത്തുമ്പോൾ വർഷങ്ങളുടെ നിരാസം അവരെ എങ്ങനെയാണു ജീവനോടിരിക്കുവാൻ പ്രേരിപ്പിക്കുന്നത്?

കഴിഞ്ഞ ദിവസം, പാർക്കിൽ അന്തിയുറങ്ങുന്ന ആന്ധ്രാ സ്വദേശിയുടെ ഇൻറർവ്യൂ കണ്ടു. എട്ടുവർഷമായി നാട്ടിൽ പോയിട്ട്. ആരെങ്കിലും നൽകുന്ന ഭക്ഷണപ്പൊതിയിൽ ജീവൻ നിലനിർത്തുന്നു. രാത്രികാലങ്ങളിലെ മരുഭൂമി ശൈത്യത്തിലയാൾ ആ പാർക്കിലെ ബഞ്ചിൽ കഴിച്ചുകൂട്ടുന്നു. സോറിയാസിസ് അടക്കമുള്ള രോഗങ്ങൾ മറ്റൊരുഭാഗത്ത്. അതിലേറെ സങ്കടം നാട്ടിൽ അയാളെക്കാത്ത് ആരെങ്കിലുമുണ്ടോ എന്നതാണ്. കാരണം കാലങ്ങളായിരിക്കുന്നു അയാളെത്തേടി ആരുടെയെങ്കിലും വിളിയോ അന്വേഷണമോ ഉണ്ടായിട്ട്. തട്ടിപ്പിനിരയായ നിരവധിപ്പേരെ നമുക്കറിയാം. പ്രവാസികൾ സ്വദേശികളെ കബളിപ്പിക്കുന്നതും പ്രവാസികൾ പ്രവാസികളെ കബളിപ്പിക്കുന്നതും വാർത്തയല്ല. ചിട്ടിയും

കുറിയും നടത്തി ഇടപാടുകാരെ നിമിഷം കൊണ്ട് പാപ്പരാക്കി നാട്ടിലേക്കു മങ്ങിയവരും അപൂർവ്വമല്ല. അയാളും അതുപോലെ കബളിപ്പിക്കപ്പെട്ട ഒരാളാണ്. അയാളുടെ നിസ്സഹായതയുടെ ചലമ്പിച്ച ശബ്ദം നമ്മളെ അസ്വസ്ഥരാക്കണം. കാരണം വേട്ടക്കാരനും ഇരയും ഓരോ പ്രവാസിയിലുമുണ്ട്. ജാഗ്രതക്കുറവു നമ്മളെ വഴിയാധാരമാക്കാം.

തോറ്റു പോകുന്നവരോടു സമൂഹത്തിന്റെ മനോഭാവം യാചകനോടുള്ളതു തന്നെയാണ്. അവിടെ, സ്വന്തം ജീവിതം മറ്റുള്ളവരുടെ ഇടപെടൽ കൊണ്ടു തട്ടിത്തരിപ്പണമാക്കുവാൻ അനുവദിക്കില്ല എന്ന നിലപാടാണു പ്രധാനം. സമയദോഷം, ജാതകദോഷം, ദൈവകോപം, തുടങ്ങിയ ചിന്തകളെ പടിക്കു പുറത്താക്കുക. നമ്മുടെ അലംഭാവത്തെ, ശ്രദ്ധക്കുറവിനെ, ജാഗ്രതക്കുറവിനെ ദൈവത്തിന്റെയും ഭാഗ്യത്തിന്റെയും കുഴപ്പമായി എണ്ണാതിരുന്നാൽ തന്നെ അടുത്ത തവണ കൂടുതൽ ശ്രദ്ധ പുലർത്തുവാൻ സാധിക്കും. എല്ലാമുണ്ടായിരുന്നിട്ടും ഒടുവിൽ പാർക്കിൽ അന്തിയുറങ്ങേണ്ടി വരുന്ന അവസ്ഥ സമാനതകളില്ലാത്തതാണ്.

പ്രവാസജീവിതത്തിൽ സൗഹൃദങ്ങളും, സഹകരണവും കടന്നു വരട്ടെ. ഒപ്പം അർഹതപ്പെട്ടതല്ലാതെ മറ്റുള്ളവരുടെ ഒന്നും അപഹരിക്കില്ല എന്നുകൂടി മനുഷ്യർ പരസ്പരം തീരുമാനിച്ചാൽ മാത്രം മതി ഇത്തരത്തിലെ സംഭവങ്ങൾ ആവർത്തിക്കാതിരിക്കുവാൻ.

ഒന്നുണ്ട്, ആ മനുഷ്യന്റെ എല്ലാം നഷ്ടപ്പെട്ട വേദന ഹൃദയം നുറുക്കുന്നു.

അയാൾക്കു നീതി ലഭിക്കട്ടെ.

○○

22

ന്യൂനപക്ഷത്തിന്റെ കൊള്ളരുതായ്മകൾക്കു ബലിയാടാകുന്ന ഭൂരിപക്ഷം

മുന്നിൽ കണ്ണുനിറച്ചു നിൽക്കുന്നത് ഫിലിപ്പീൻസുകാരി ജൂലിയാണ്. ആവശ്യം വളരെ നിസാരമെന്നു തോന്നാവുന്നത്. ജോലി സമയത്തു ഫോൺ ഉപയോഗിക്കരുത് എന്ന കർശന വിലക്കിനെതിരെയാണവളുടെ കണ്ണീർ പ്രതിഷേധം. ഇതെന്താണിങ്ങനെ ഒരു കരച്ചിൽ?

സംഭവമിതാണ്. ജൂലിയുടെ അച്ഛനമ്മമാർ വൃദ്ധരാണ്. ഒരാൾ കിടപ്പു രോഗിയുമാണ്. ദിവസം പലവട്ടം വീഡിയോ കോൾ വിളിച്ച് അവരെ കണ്ടും സമാധാനിപ്പിച്ചുമാണ് അവൾ മുന്നോട്ടു പോകുന്നത്. കാശിനു കാശു വേണം. അതിനു പണിയെടുക്കാതെ വയ്യ. എന്നാൽ വീട്ടുകാരെ ഉപേക്ഷിക്കാൻ പറ്റുമോ അതും വയ്യ. ക്ലീനിങ് ജോലിയുടെ ഇടവേളകളിൽ കോറിഡോർ മറവിലോ, വാഷ് റൂം പരിസരത്തോ നിന്ന് ആരും കാണാതെ വേണം ഈ വിളികൾ നടത്താൻ. എന്നാൽ വരുന്ന എല്ലാ സ്റ്റാഫും ഫോൺ ലോക്കറിൽ വയ്ക്കണം എന്ന ഉത്തരവു വന്നപ്പോൾ ആകെ ഗുലുമാലായി. ജൂലിയുടെ മാത്രം പ്രശ്നമല്ല. അവളുടെ ഒപ്പം കൂട്ടുകാരിയുമുണ്ട്. അവളുടെ ഇടുങ്ങിയ കണ്ണുകൾ സ്വതേ അവൾക്കൊരു ദുഃഖപുത്രിച്ഛായ നൽകുന്നുമുണ്ട്. അവൾക്കു വീട്ടിൽ മൂന്നര വയസുള്ള മകളുണ്ട്. അച്ഛനമ്മമാർക്കൊപ്പം മകളെ വിട്ട്, കടൽകടന്നു വന്നു ജോലി ചെയ്യുകയാണവൾ. ഇടയ്ക്കൊന്നു മകളെ കാണാൻ അവൾക്കും വേണം ഫോൺ.

ഞാൻ ധർമ്മസങ്കടത്തിലായി. കമ്പനി ഇത്തരത്തിൽ നിയമം കർശനമാക്കിയത് ജോലി സമയത്തു യൂണിഫോമിൽ വളരെ ആർഭാടമായി ടിക് ടോക് വീഡിയോ എടുത്തു പോസ്റ്റു ചെയ്യുന്ന പ്രവണത വർദ്ധിച്ചപ്പോഴാണ്. കമ്പനിയുടെ ഭാഗം വളരെ ശരിയാണ്.

എന്നാൽ മുന്നിൽ വന്നു നിൽക്കുന്ന നിസ്സഹായതയുടെ കണ്ണീർ തെറ്റാകുമോ?

നിയമം നടപ്പാക്കേണ്ടതാണ്. മനുഷ്യത്വം വറ്റിച്ചു കൊണ്ടതെങ്ങനെ എന്നതാണ് ചോദ്യം.

എത്ര കാലമായി ഞാൻ പ്രവാസിയായിട്ട്. ആദ്യകാലങ്ങളിൽ കത്തുകളായിരുന്നു ആശ്രയം. ചോറു പശതേച്ചൊട്ടിച്ച കവർ തുറന്നു അക്ഷരങ്ങളിലേക്കു കണ്ണും മനസ്സും സമർപ്പിച്ച വായന. ഒന്നും രണ്ടും വട്ടമല്ല. അടുത്ത കത്തു വരുവോളം.വായിച്ചും മടക്കി വെച്ചും, മറുപടി എഴുതിയും രാവു വൈകിയും പ്രിയപ്പെട്ടവരെ ചേർത്തു പിടിച്ചത്. ഓർക്കുന്നുണ്ട് അമ്പിളിക്കു ഞാനയച്ച കത്തുകൾ. ജീവിതത്തിൽ പ്രണയം പെയ്ത നാളുകൾ. പിന്നീടു ഫോൺ വിളിയായി. വെള്ളിയാഴ്ച വിളികൾ. എല്ലാവരും മിണ്ടിത്തീർന്ന ശേഷം ഒരു മിണ്ടൽ. അപ്പോഴേക്കും വിളിക്കാൻ വച്ച കാശു തീർന്നിട്ടുണ്ടാകും. ഞാനവളോടു പറഞ്ഞതിൽ ആയിരംമടങ്ങ് പറയാതെ മാറ്റി വെച്ചതാവും. കാലം വീണ്ടും മുന്നോട്ടുരുളുമ്പോൾ മൊബൈൽ വന്നു, മെല്ലെ വീഡിയോ കോൾ വന്നു. എപ്പോൾ വേണമെങ്കിലും കാണാമല്ലോ എന്നായി കാര്യങ്ങൾ. ഈ കാലഘട്ടത്തിൽ നിന്നുകൊണ്ട് ആ സൗകര്യങ്ങൾ നിഷേധിക്കുമ്പോൾ പലർക്കും അത് വലിയ അസൗകര്യമായി മാറുന്നു.

പലപ്പോഴും തോന്നാറുണ്ട് ഇളവുകൾ ദുരുപയോഗം ചെയ്യുന്ന ഒരു ന്യൂനപക്ഷത്തിനു വേണ്ടി ബലിയാടാക്കപ്പെടുകയാണ് നേർവഴിയിൽ നീങ്ങുന്ന ബഹു ഭൂരിപക്ഷത്തിന്റേയും ജീവിതമെന്ന്. സ്കെയിലും പ്രൊട്ടാക്ടറും വെച്ച് അളന്നു മുന്നേറാനാകുമോ ജീവിതത്തിൽ?ജീവിതമൊരു സമചതുരമോ മട്ടത്രികോണമോ അല്ലല്ലോ. ചില കണ്ണീരുകൾക്കു മുന്നിൽ ആയുധം തേർത്തട്ടിൽ വച്ചു കുമ്പിട്ടിരിക്കുന്ന പാർത്ഥനെപ്പോലെ വഴിയറിയാത്തവരാകും നമ്മൾ.

ജൂലി നടന്നു മറഞ്ഞു. ഞാൻ ഉത്തരമൊന്നും നൽകിയിട്ടില്ല.

പുതിയ കണ്ണടയാണ്.

എന്നിട്ടുമെന്റെ കാഴ്ച മറയുന്നതെന്തേ?

൦൦

23

ദുരിതങ്ങളിൽ കൂട്ടായ് മനോധൈര്യം മാത്രം

ഒരാഴ്ചയിലേറെയായി എന്റെ ഉറക്കം കെടുത്തുന്നത് ഒരു ചിന്ത യാണ്, അയാൾ അതെങ്ങനെ അതിജീവിക്കും?

ആരാണ് എന്നല്ലേ? ഒരു സുഹൃത്ത്. കോവിഡ് ബാധിതൻ. ന്യു മോണിയ ആയപ്പോൾ അഡ്മിറ്റ് ആയതാണ്. മിനിട്ടിൽ രണ്ടെന്ന തോതിൽ എന്നെ വിളിക്കുന്നുണ്ട്. പാവം ആകെ പരിഭ്രമിച്ചിരിക്കു ന്നു. ഒന്നാമത് ലോകം ഭയക്കുന്ന രോഗം തന്നേയും കീഴ്പ്പെടുത്തി യിരിക്കുന്നു. രണ്ടാമതായ് ഉറ്റവരോ ഉടയവരോ സമീപത്തില്ല. അദ്ദേഹത്തിന്റെ സംഭ്രമം വർദ്ധിക്കുന്നതനുസരിച്ചു രോഗം അതി ന്റെ ആക്രമണം ശക്തമാക്കുകയാണ്. ഓരോ വിളിയിലും എനിക്ക ടുത്തേക്കു വരുവാനാകില്ല എങ്കിലും ഭയക്കരുത് ഞാൻ പുറത്തു ണ്ട്. എന്താവശ്യമുണ്ടെങ്കിലും ഡോക്ടർമാരും മറ്റു സ്റ്റാഫുകളും സദാ സന്നദ്ധരായുണ്ട്. ഭയക്കരുത്. എന്ന് ആവർത്തിക്കുന്നുണ്ട്. എന്നാൽ ഏറ്റവും ഒടുവിൽ സംസാരിക്കുമ്പോൾ ആ ശബ്ദം കൂടു തൽ ദുർബലമാകുന്നതു ഞാൻ തൊട്ടറിഞ്ഞു. അദ്ദേഹം പറഞ്ഞു, ഞാൻ കിടക്കുന്ന വാർഡിൽ ഇന്നു മൂന്നോ നാലോ പേർ മരിച്ചുക ഴിഞ്ഞു. ഞാനാകുമോ അടുത്തത്?

മരണത്തെ തടയാൻ ആർക്കാവും?

ഫോൺ ഡിസ്കണക്റ്റായി.

ഒരു വർഷമാകുന്നു. ലോകം നിശ്ചലമായ മാർച്ചുമാസമാണിത്. ലോക്ക് ഡൗൺ, ട്രിപ്പിൾ ലോക്ക്ഡൗൺ, മാസ്ക്ക്, സോഷ്യൽ ഡിസ്റ്റൻസിങ്, അങ്ങനെ എത്ര പുതിയ വാക്കുകളാണു നമ്മുടെ ജീവിതത്തിലേക്കു അനുവാദം വാങ്ങാതെ കടന്നു കയറിയത്. ആദ്യമാസങ്ങളിൽ നമ്മൾ മരണക്കണക്കുകൾ കേട്ടു ഞെട്ടിവിറച്ചു. എല്ലാം അവസാനിച്ചുവെന്നു പരിതപിച്ചു. അടഞ്ഞ മാളുകൾ, മെട്രോകൾ, ആളൊഴിഞ്ഞ തെരുവോരങ്ങൾ, വിദ്യാലയങ്ങൾ,

ഓഫീസുകൾ, പൊതു ഇടങ്ങൾ എല്ലാം. തീർന്നില്ല, നിർത്തിയിട്ട വലിയ ട്രക്കിലെ സംസ്ക്കാരം കാത്തു കിടക്കുന്ന മൃതശരീരങ്ങൾ. വർദ്ധിക്കുന്ന മരണസംഖ്യ ഇതൊക്കെ നമ്മൾ താണ്ടിക്കഴിഞ്ഞു. നവംമ്പർ മാസം ലോകം ഉറ്റുനോക്കിയ ഒരു തെരഞ്ഞെടുപ്പും അധികാരക്കൈമാറ്റവും കണ്ടു. മെല്ലെ, വളരെ സാവകാശം ലോകം തിരിച്ചു വരികയാണ്. ഈ വാർത്തക്കിടയിലും ചില അവിശ്വസനീയമായ മരണങ്ങൾ ചുറ്റും സംഭവിക്കുന്നുണ്ട്.

മുറിയിൽ ദാ ഈ വ്യാഴാഴ്ച രാത്രി ഞാൻ ഒറ്റയ്ക്കാണ്. അയാളുടെ ചോദ്യം എന്റെ ഉള്ളിൽ മുഴങ്ങുന്നുണ്ട്. എല്ലാ മികച്ച സൗകര്യങ്ങളും അദ്ദേഹത്തിന്റെ പരിചരണത്തിൽ ഉറപ്പു വരുത്തിയിട്ടുണ്ട്. ഡോക്ടർമാർ പറയുന്നത് അദ്ദേഹം അത്ര ക്രിറ്റിക്കൽ കണ്ടീഷനിൽ അല്ല പക്ഷേ ഭയവും പരിഭ്രാന്തിയും സൃഷ്ടിക്കുന്ന മാനസിക പ്രശ്നങ്ങളാണു സ്ഥിതി വഷളാക്കുന്നത് എന്നാണ്.

ഇതൊരു വല്ലാത്ത പ്രതിസന്ധി ഘട്ടമാണ്. അധികം നാൾ പിന്നിട്ടിട്ടില്ല ഞാനും കോവിഡ് ബാധ എന്ന അവസ്ഥ പിന്നിട്ടിട്ട്. മുറിയിലെ കടുത്ത ഏകാന്തതയിൽ ഒരു ഗ്ലാസ് വെള്ളം എടുത്തു കുടിക്കുവാൻ സ്വയം അശക്തനായി കിടന്ന രാവുകൾ ഞാൻ മറന്നിട്ടില്ല. അല്ല, ആരാണതു മറക്കുക? എനിക്കദ്ദേഹത്തെ മനസിലാകും. എന്നാൽ സ്വയം ദുർബലനായി തന്നെ വിധിക്കു വിട്ടുകൊടുത്തു കാത്തിരിക്കുന്ന ഒരാളോടു പതറരുത് എന്നെങ്ങനെ പറഞ്ഞു മനസിലാക്കണം എന്നെനിക്കറിയില്ല.

ഒന്നറിയാം. പ്രതിസന്ധികളിൽ നാം തോൽക്കുവാൻ സ്വയം സന്നദ്ധരായാൽ ഒരു വിധിക്കും നമ്മളെ ജയിപ്പിക്കുവാനാകില്ല. പിറന്നു വീഴുന്ന സമയം മുതൽ നമ്മൾ മല്ലടിക്കുന്നുണ്ട്.

എന്നാൽ പിന്നെ ഒന്നു ആഞ്ഞു പൊരുതരുതോ ഈ കെട്ട രോഗത്തിനോടും?

○○

24

അല്പവും ആഗ്രഹിക്കാതെ മടങ്ങേണ്ടി വരുന്നവർ

അക്ഷരങ്ങൾ പിണങ്ങി നിൽക്കുവാൻ തുടങ്ങിയിട്ടു ദിവസങ്ങളായി. എഴുതുവാൻ പേനയെടുത്തു, പലവട്ടം. അപ്പോഴൊക്കെയും കൺമുന്നിലെ ആ അടഞ്ഞ കണ്ണുകൾ എഴുത്തു തടഞ്ഞു. ഒറ്റയ്ക്കായിപ്പോയവന്റെ നിസ്സഹായതയാണാ കണ്ണുകളെ വലിച്ചടപ്പിച്ചത്. അവസാനമായി ജീവശ്വാസത്തിനു പിടഞ്ഞപ്പോഴും അയാൾ കാത്തിരുന്നത് ഉറ്റവരെയാകും. ഉറപ്പാണ്.

ഒടുവിൽ, ഒരല്പവും ആഗ്രഹിക്കാതെ അയാൾ ഭൂമി വിട്ടു.

നടപടി ക്രമങ്ങൾക്കു മുന്നിൽ ചേതനയറ്റ വെറും ദേഹമായി അയാൾ ശാന്തതയോടെ കാത്തു കിടന്നു. വളരെ തിരക്കുപിടിച്ചുള്ള മടക്കമായിരുന്നു അത്.

എന്റെ ഫോണിലേക്ക് അവൻ 'അനിലേട്ടാ...' എന്ന വിളിയുമായി വരില്ല. തിരക്കുപിടിച്ച ജോലിക്കിടയിലും അവൻ കിടന്നിരുന്ന ക്യൂബിക്കിളിലേക്ക് എനിക്ക് ധൃതി വച്ച് ഓടിയെത്തേണ്ടതില്ല, ഇടക്കിടക്ക് എന്താണവൻ വിളിച്ചതെന്നു ചിന്തിക്കേണ്ടതില്ല.

അവൻ മണ്ണിലേക്കു മടങ്ങിയിരിക്കുന്നു.

എന്താണു ഭൂമിയിൽ ഏറ്റവും ദുഃഖകരമായത്?

ഒറ്റപ്പെടൽ ആണത്.

ദാരിദ്ര്യം ഒരു ദുഃഖമാണെങ്കിലും അതിലും തീവ്രമായി മനുഷ്യനെ ഇഞ്ചിഞ്ചായി കൊല്ലുന്നതാണ് ഒറ്റപ്പെടൽ. അതു കൊണ്ടാവും ചില രാജ്യങ്ങൾ ഒറ്റപ്പെട്ട മനുഷ്യരുടെ പ്രശ്നങ്ങൾ കണ്ടെത്തി പഠിച്ച് പരിഹാരം നിർദ്ദേശിക്കുവാനും പ്രവർത്തിക്കുവാനുമായി മന്ത്രാലയങ്ങൾ തന്നെ സൃഷ്ടിച്ചതും, അതിനു വേണ്ടി മന്ത്രിമാരുണ്ടായതും. ആ തീരുമാനത്തിനു മുന്നോടിയായി ഒരു കമ്മീഷനെ ബ്രിട്ടിഷ് പാർലമെൻറ് നിയമിച്ചിരുന്നു. ജോ -കോക്സ് കമ്മീഷൻ ഓൺ ലോൻലിനെസ് എന്ന പേരിൽ. അതിന്റെ ഫൈനൽ റിപ്പോർട്ടിൽ ഒരു പ്രത്യേക മന്ത്രാലയത്തിനുള്ള ശുപാർശ മുന്നോട്ടുവച്ചു. ഒപ്പം വളരെ കൃത്യമായി ഒരു വിവരം ഓർമ്മിപ്പിക്കുകയും ചെയ്

തു. അത് ഒരു ഗവൺമെന്റ് മാത്രം കൂട്ടിയാൽ കൂടുന്ന ഒന്നല്ല മറിച്ച്, സമൂഹത്തിലെ എല്ലാ വിഭാഗങ്ങളും ഒന്നിച്ചുനിൽക്കേണ്ട, മനസിലാക്കി പ്രവർത്തിക്കേണ്ട ഒരു വിഷയമാണ്.

അതെ. ഒറ്റപ്പെടൽ എന്ന അവസ്ഥ ഒരു വ്യക്തിയുടെ തീർത്തും സ്വകാര്യമായ ഒരു പ്രശ്നം എന്ന നിലയിലല്ല കൈകാര്യം ചെയ്യേണ്ടത് എന്നുറപ്പാവുന്നു. നമ്മൾ ഇത്രകാലം ബന്ധുത്വം എന്ന വാക്കിൽ സുരക്ഷിതത്വം കണ്ടെത്തിയിരുന്നു. കാലം മാറുമ്പോൾ പ്രത്യേകിച്ചും ഈ പോസ്റ്റ് കൊറോണ കാലഘട്ടത്തിൽ ബന്ധുത്വം എന്നതിന്റെ നിർവചനം മാറേണ്ട കാലമായിരിക്കുന്നു. ഉദാഹരണത്തിന് ഒരു കോവിഡ് പേഷ്യന്റിന്റെ ഉറ്റവർ ആരാണ്?

ഭാര്യ? മക്കൾ? അച്ഛനമ്മമാർ? അളിയന്മാർ? മറ്റു ബന്ധു ജനങ്ങൾ? സുഹൃത്തുക്കൾ?

അല്ല. ഇവരാരുമല്ല. ആത്മവിശ്വാസം ചോർന്നു പോകാതെ ജീവനെ ശരീരത്തിൽ പിടിച്ചു വയ്ക്കുവാൻ അയാളെ സഹായിക്കാൻ, ആത്മബലം നൽകാൻ, ഒരു കൂട്ടരേ ഉണ്ടാകൂ. അത് ആരോഗ്യ പ്രവർത്തകരാണ്. അവരുമായി എന്ത് ജന്മബന്ധുത്വമാണു രോഗി കണ്ടെടുക്കേണ്ടത്? ഇനി, ജോലി പൊടുന്നനെ നഷ്ടമായ ഒരു യുവാവ്. അവന്റെ ബന്ധു തീർച്ചയായും ആ സന്നിഗ്ദ്ധഘട്ടത്തിൽ അവനു നേരെ സഹായഹസ്തം നീട്ടുന്ന ഏത് വ്യക്തിയാണോ അയാളായിരിക്കും. പോസ്റ്റ് കൊറോണ കാലഘട്ടം, ജാതിമത ചിന്തകളുടെ, ഇടുങ്ങിയ ബന്ധുത്വ ചിന്തകളുടെ അവസാനമാകട്ടെ. മാനവികത നെഞ്ചിലേറ്റിയവർ ഉയിർത്തെഴുന്നേൽക്കട്ടെ. അവരുടെ മുഖത്തെ പുഞ്ചിരിയിൽ കാരുണ്യം പ്രകടമാകട്ടെ.

മരണം ഒരു നിത്യസത്യമാണ്.

പക്ഷേ, അതിലേക്കു കടന്നുപോകുന്ന വേളയിൽ മനുഷ്യർ ഒരൽപ്പം കാരുണ്യം ആഗ്രഹിക്കും. ഉറ്റവരും ഉടയവരും ചെറുതെറ്റുകളുകളുടെ പേരിൽ ഒന്നും ക്ഷമിക്കാതെ, പൊറുക്കാതെ മുന്നേറുമ്പോൾ അവർക്കു മാറ്റം വരുന്നതും നോക്കി കാലം കാത്തു നിൽക്കില്ല. അതിനാൽ കാരുണ്യമുള്ളവരുടെ സ്നേഹസ്പർശം ആശ്വാസത്തോടെ സ്വീകരിക്കുക. ജീവിതത്തിലേക്കു തിരികെ വരുവാൻ അതു ശക്തി നൽകും. അതെ, അവൻ മണ്ണോടു ചേർന്നിരിക്കുന്നു.

നമ്മളെന്നാണു കണ്ണു തുറന്ന് യഥാർത്ഥ ബന്ധുക്കളെ കാണുക? സ്വീകരിക്കുക?

ററ

25
പ്രവാസിയുടെ രോദനം

പ്രവാസചിന്തകൾ ഇക്കുറി നാട്ടിലെ വേനൽമഴയുടെ കുളിരും നുകർന്നു വീടിന്റെ ഉമ്മറക്കസേരയിൽ ചാഞ്ഞിരുന്നാണ്.

കാര്യം, മഴയാണ്... ഒരു കുളിരുണ്ട്, ഉള്ളു തണുക്കുന്നുണ്ട്.

ഇടയ്ക്കിടയ്ക്കു 'ഡേയ്' എന്നു നീട്ടി വിളിക്കുമ്പോൾ കട്ടൻ ഹാജർ പറഞ്ഞു മുന്നിലെത്തുന്നുണ്ട്. പിന്നെന്താ എന്നാണെങ്കിൽ, ആകെ മൊത്തം ഒരു സ്വസ്ഥതക്കേട്. കഴിഞ്ഞ മേയ് മാസത്തിൽ എന്തായാലും നാട്ടിൽ പോകണം എന്നു തീരുമാനിച്ചിരുന്ന എന്റെ എല്ലാ പ്ലാനുകളും തട്ടിമറിച്ചാണു കോവിഡ് തരംഗം മാർച്ചുമാസത്തിലേ എഴുന്നെള്ളിയത്. വാർത്തകളിൽ, റൂട്ടു മാപ്പുകളുടെ പെരുമഴക്കാലം. പഴം വാങ്ങാൻ പോയ കൊച്ചനെ അധിക്ഷേപിച്ചു വിടുന്നതു ടി.വിയിൽ കണ്ട്, 'അല്ല, അവനത് കിട്ടിയാൽപ്പോര' എന്നുപറഞ്ഞു തുള്ളിയ എന്റെ പ്രവാസി മനം ഞാൻ ഓർക്കുന്നു ഇപ്പഴും. പാവം ഇറ്റലി ചേട്ടന്മാർ.. അവരെ ചീത്ത വിളിക്കാത്ത ഒരു സില്ലി മല്ലുവെങ്കിലും ഉണ്ടാകുമോ? അപ്പോഴേക്കും ദുബായിലെ ഞാൻ ജോലി ചെയ്യുന്ന ആശുപത്രിയിലെ വാർഡുകളായ വാർഡുകൾ എല്ലാം കോവിഡ് വാർഡുകളായി പരിണമിച്ചു കഴിഞ്ഞിരുന്നു. എത്ര പ്രിയപ്പെട്ടവർ കടന്നുപോയി. ഉറ്റവരെ അവസാനമായി കാണാനാകാത്ത ബന്ധുക്കളുടെ ദൈന്യത എത്രവട്ടം കണ്ടുനിന്നു. അപ്പോഴും പ്രതീക്ഷ മാത്രം. മാറും ഈ കെട്ടകാലവും മാറും.

ഒടുവിൽ ഡിസംബർ വിട്ടൊഴിയും മുൻപ് എന്നേയും പിടികൂടി കോവിഡ്. നരകത്തീയിൽ ഉരുകിയ പത്തു പന്ത്രണ്ടു ദിനങ്ങൾ. അതിനു ശേഷം കോവിഡ് നെഗറ്റീവ് അഥവാ രോഗ മുക്തി. പിന്നാലെ വാക്സിൻ രണ്ടു ഡോസുകളും സ്വീകരിച്ചു കഴിഞ്ഞാണു നാട്ടിലൊന്നു പോയി വരാം എന്ന ചിന്ത പോലും കടന്നു വരുന്നത്. അപ്പോഴേക്കും അടുത്ത തരംഗം എന്നാശങ്ക.അങ്ങനെ

ഏറെ ബുദ്ധിമുട്ടി അനുവദിച്ചു കിട്ടിയ അവധിയിൽ നാട്ടിലേക്ക്.

പക്ഷേ, കാത്തിരിക്കുന്നതു 72 മണിക്കൂറിനു മുൻപുള്ള പിസി ആർ ടെസ്റ്റും എടുത്ത്, വിമാനത്താവളത്തിലും, വിമാനത്തിനുള്ളി ലും എല്ലാ കോവിഡ് മാനദണ്ഡങ്ങളും പാലിച്ചു വീട്ടിലെത്തുമ്പോൾ ദാ കിടക്കുന്നു ഒരാഴ്ച ക്വോറന്റയിൻ! ആകെക്കിട്ടുന്ന വിരലിലെ ണ്ണാവുന്ന ദിവസങ്ങൾ ഒരു മുറിയ്ക്കുള്ളിൽ ഒതുക്കിയപ്പോൾ കൺ മുന്നിൽ കാണുന്ന ടി.വിക്കാഴ്ചയിൽ ഭരണ പ്രതിപക്ഷ ഭേദമില്ലാ തെ നേതാക്കന്മാർ മാസ്ക്കു വച്ചും വക്കാതെയും ജനങ്ങൾക്കു നടുവിൽ. കൂടാതെ പ്രചരണത്തിന്റെ ഭാഗമായി ആയിരക്കണക്കി നു പ്രവർത്തകരെ അണിനിരത്തി പ്രകടനങ്ങൾ, സമ്മേളനങ്ങൾ. അതിൽ കുഞ്ഞുങ്ങളേയും എടുത്തുകൊണ്ട് യുവതികളായ അമ്മ മാർ. രണ്ടുമീറ്റർ സാമൂഹ്യഅകലം പോയിട്ട് ഒരടി സാമൂഹ്യ അക ലം എവിടേം കണ്ടില്ല. എല്ലാം സഹിക്കാം. ജനാധിപത്യത്തിനു വേണ്ടിയല്ലേ? എന്നാൽ അതിനു ശേഷം ഐഎംഎ അതു പറ ഞ്ഞപ്പോൾ ഞാൻ തകർന്നു. നാട്ടിൽ കൊറോണയുടെ പൂണ്ടു വിളയാടലിനു കാരണം ആരാന്നാ?

പ്രവാസികൾ !

അല്ലെങ്കിലും ഈ നാടിന്റെ സർവ്വ പ്രശ്നങ്ങൾക്കും കാരണ ക്കാരായി ഒറ്റവർഗ്ഗമേ ഉള്ളൂ അതു പ്രവാസികളാണ്.

ഒരു ആവലാതിയുണ്ട്. എല്ലാറ്റിനേം വിമാനം ഇറങ്ങിയപാടെ പിടിച്ച് അകത്തിടുക.

വേണേൽ തൂക്കിക്കൊല്ലാം...

ഇല്ലെങ്കിൽ കൈ പിറകിൽകെട്ടി വെടിവച്ചു കൊല്ലാം...

അല്ല പിന്നെ.

അല്പം കരുതൽ വേണം.

○○

26
അല്പം കൂടി കരുതലാകാം

തൊട്ടു മുന്നിൽ നിൽക്കുന്ന ആൾ അടുത്ത നിമിഷം ഇല്ല എന്നറിയുക. എത്ര ഭയാനകമാണത്! പക്ഷേ, ഓരോ ദിവസവും, ഓരോ നിമിഷവും കേൾക്കുന്ന വാർത്തകൾ അതാണല്ലോ. മരണത്തിനു രംഗബോധമില്ലെന്നു കേട്ടിട്ടുണ്ട്. എന്നാലിപ്പോൾ യാതൊരു ബോധവുമില്ലാതെ ഏതുനിമിഷവും കടന്നുവരാവുന്ന ഒന്നാണു മരണമെന്നു വാർത്തകൾ പഠിപ്പിക്കുന്നു.

നാട്ടിൽ വന്നിട്ട് മുപ്പതു ദിവസം പിന്നിടുന്നു. കോവിഡ് രണ്ടാം തരംഗത്തിനു മുന്നേ നാട്ടിൽ വന്നു പ്രിയപ്പെട്ടവരെയൊക്കെ കണ്ടു തിരിച്ചു മടങ്ങുക എന്നതായിരുന്നു ലക്ഷ്യം. എന്നാലിപ്പോൾ കേൾക്കുന്ന വാർത്തകൾ ക്യാൻസൽ ചെയ്യപ്പെടുന്ന യാത്രാ പദ്ധതികളുടേതാണ്.

ഇനിയുംവരും ലോക് ഡൗൺ, അല്ലെങ്കിൽ അതിനു തുല്യമായി മറ്റെന്തെങ്കിലും.

പക്ഷേ, അതുകൊണ്ടു കാര്യമുണ്ടോ? സമ്പർക്കത്തിലൂടെ പകരും എന്നു പറയുമ്പോൾ പലരും അതു മനസിലാക്കുന്നത്, സമ്പർക്കത്തിലൂടെ എനിക്ക് ഒഴികെ മറ്റുള്ളവർക്കു വരും എന്ന മട്ടിലാണ്. എവിടെയാണു തിരക്കു കുറവ്? ബാങ്കുകളിൽ, മാർക്കറ്റിൽ, ബാർബർഷാപ്പിൽ, മെഡിക്കൽ സ്റ്റോറിൽ ആശുപത്രികളിൽ എന്തിനു വാക്സിനേഷൻ കേന്ദ്രങ്ങളിൽപ്പോലും തിക്കും തിരക്കും മാത്രം. ഏറ്റവും ചിന്തിക്കേണ്ടതു സാക്ഷരത കൊണ്ടു പ്രബുദ്ധരായവരുടെ നാടായ നമ്മുടെ കേരളത്തിലാണ് ഇത് സംഭവിക്കുന്നത് എന്നതിലാണ്. ഇന്നലെ സോഷ്യൽമീഡിയയിൽ ഒരു ചിത്രം കണ്ടു, മാസ്ക്കു വയ്ക്കാത്ത ബൈക്കുയാത്രക്കാരനും അവരെ നോക്കി ഇരിക്കുന്ന മാസ്ക്കു ധരിക്കാത്ത ബസ് യാത്രക്കാരും.

എന്താണ് ആളുകൾക്കിതു മനസിലാകാത്തത് എന്നാണു

സംശയം.

ഒന്നു മാത്രം പറയാം, ഓക്സിജൻ സപ്പോർട്ടോടെയുള്ള കിടപ്പ് അത്ര സുഖകരമല്ല. ഒന്നു ശ്രദ്ധിച്ചാൽ ഒരാൾക്കെങ്കിലും രോഗം വരാതിരുന്നാൽ അത്രയും സമാധാനം.

അതിനാൽ ഒന്നു മാത്രം...

ലോകം നമ്മുടെ രാജ്യത്തെയാണിപ്പോൾ ഭീതിയോടെ കാണുന്നത്. അനേകം പേരുടെ ശ്വാസം നിലച്ചിരിക്കുന്നു. നമ്മുടെ ജാഗ്രത, ബുദ്ധിപൂർവ്വമായ ഇടപെടൽ ലോകം ആഗ്രഹിക്കുന്നു.

മാനവരാശിക്കു വേണ്ടി ഒരു പ്രാർത്ഥന. ഒരേയൊരു പ്രാർത്ഥന. കോവിഡ് പ്രോട്ടോക്കോൾ പാലിക്കാം നമുക്ക്...

ജീവൻ നിലനിർത്താൻ വേണ്ടിയെങ്കിലും.

○○

27
പാവം പ്രവാസി

പ്രവാസചിന്തകൾ ആരംഭിക്കുമ്പോൾ നാടുവിട്ടു നിൽക്കുന്ന ശരിക്കും പ്രവാസിയായിരുന്നു. ഇന്ന് ഈ കുറിപ്പ് എഴുതുമ്പോൾ നാട്ടിൽ വന്നു, പെട്ടുപോയ പ്രവാസിയുമാണ്. എന്താണു നാട്ടിൽ പെട്ടുപോയ പ്രവാസിയുടെ അവസ്ഥ എന്നാണെങ്കിൽ, അതു കയ്ച്ചിട്ടിറക്കാനും, മധുരിച്ചിട്ടു തുപ്പാനും വയ്യ എന്ന അവസ്ഥയിലാണ്. സത്യമാണ് രാവിലെ ഉണർന്നെണിക്കുമ്പോൾ ചൂടു ചായ മുന്നിലെത്തും, പല്ലുതേപ്പും വീടിനു മുറ്റത്തെ ചെടികളോടിത്തിരി കിന്നാരം പറച്ചിലും നടത്തി പൂമുഖത്ത് ചാരുകസേരയിൽ ഇരുന്ന് പത്രവും പ്രിയപ്പെട്ട പുസ്തകങ്ങളും വായിച്ച്, ചിന്തിച്ച്, എഴുതി അങ്ങനെ കടന്നു പോകുന്ന ദിവസങ്ങൾ. മറുഭാഗത്ത് ആശങ്ക നുരയുന്നു. കോറോണ നിയന്ത്രണവിധേയമാക്കാതെ ആകാശയാത്ര എന്ന് എങ്ങനെ എന്ന ആകുലപ്പെടുത്തുന്ന ചിന്തകൾ.

അവിടെ പുറത്തെ കടുത്ത ചൂടിൽ അവധി ദിവസങ്ങളിൽപ്പോലും ഒന്നു പുറത്തിറങ്ങാനാകാതെ മുറിയിൽ ഒറ്റയ്ക്കിരിക്കുമ്പോൾ നാട്ടിൽ പെയ്യുന്ന വേനൽമഴ പോലും അടുത്ത നിമിഷം നാട്ടിലെത്തുവാൻ പ്രലോഭനമായിരുന്നു.

മങ്കീസ്പാം വായിച്ചതാണിപ്പോൾ ഓർമ്മ വരുന്നത്. അവിടെയോ ഇവിടെയോ എന്നതല്ല സമാധാനമായി ജീവിക്കുകയാണല്ലോ വേണ്ടത്.

ഇത് ഒരു വ്യക്തിയുടെ പ്രശ്നമായി തോന്നുന്നില്ല. ഓരോ പ്രവാസിയും കടന്നു പോകുന്ന അവസ്ഥയാണിത്. ജീവനുള്ളിടത്തോളം അവസാനിക്കാത്ത ആവശ്യങ്ങളുടെ വലിയ നിര ഒരു ഭാഗത്ത്. മറുഭാഗത്ത് എല്ലാറ്റിൽ നിന്നുമുള്ള വിടുതൽ കൊതിക്കുന്ന മനസ്സ്.

ഇതിനൊക്കെയുമിടയിൽ മനസ്സു തളർത്തുന്ന മറ്റൊന്നുകൂടിയു

ണ്ട്. പ്രിയപ്പെട്ടവരുടെ അപ്രതീക്ഷിത വിടവാങ്ങലുകൾ. ഒന്നു കാണാൻ പോലും സാധിക്കാതെ അവർ കടന്നു പോകുമ്പോൾ പണ്ടു പറഞ്ഞുകേട്ട വസൂരി കാലഘട്ട കഥകൾ ഓർമ്മ വരുന്നു.

ആ ഓർമ്മകളിൽ ഇന്ന് ഒരു പ്രത്യാശ കണ്ടെടുക്കാനാകുന്നുണ്ട്. നഷ്ടപ്പെടലിന്റെ വേദനയിലും കാലവും ജീവിതവും മുന്നോട്ടൊഴുകുകതന്നെയാണ് എന്ന പ്രത്യാശ. ഒന്നും ലോകക്രമത്തിൽ കാര്യമായ വ്യതിയാനങ്ങൾ വരുത്തുന്നില്ല എന്നത്.

അതെ, ഈ കാലവും പോകും...

മഴ കഴിഞ്ഞു മാനം തെളിയുന്ന പോലെ...

28

മരിച്ചു പോയവരാണു നാം... എന്നോ മരിച്ചവർ!

'നീണ്ട കാലം കണ്ട നാട്ടിൽ പണിയെടുത്തു നാട്ടിൽ തിരിച്ചെത്തുമ്പോഴാകും നമ്മൾ എന്നോ മരിച്ചു പോയിരിക്കുന്നുവെന്നു മനസ്സിലാക്കുക.'

ഇതു പറഞ്ഞത് ഏറെക്കാലം പ്രവാസിയായി ഒടുവിൽ വാർദ്ധക്യത്തിന്റെ ആരംഭത്തിൽ നാട്ടിൽ വന്ന ഒരു പരിചയക്കാരനാണ്. പണ്ട്, മനുഷ്യന്റെ ആയുസ്സിനിത്ര നീളമില്ലാതിരുന്നപ്പോൾ വാർദ്ധക്യത്തിന്റെ മാനസികവിഷമതകൾ നമുക്ക് പരിഗണിക്കേണ്ട ഒന്നായി മുന്നിൽ വന്നിരുന്നില്ല. ഇന്നിപ്പോൾ വാർദ്ധക്യം ആരംഭിക്കുന്നത് എഴുപതിനു ശേഷം എന്നു പറയുമ്പോൾ, അമ്പതുകൾ പിന്നിട്ടവരുടെ ആകുലതകൾ ആരോടു പങ്കിടും?

ഒരാൾ പ്രവാസിയാകുവാൻ തീരുമാനിക്കുമ്പോൾ കടന്നു വരുന്ന പുത്തൻ പ്രശ്നങ്ങൾ എന്തൊക്കെയാണ്?

ഒന്നാമതായി നാടും വീടും ഉപേക്ഷിക്കുന്നു എന്ന ചിന്ത, അതു പോട്ടെ, അവനവനും സ്വന്തം വീട്ടുകാർക്കും വേണ്ടിയാണല്ലോ. പിന്നെ പുറം നാടുകാണാം, പുതിയ സൗഹൃദങ്ങൾ ഉണ്ടാക്കാം, ഏറ്റവും പ്രധാനം ഓരോ അവധിക്കും തിരിച്ചുകേറി വരുമ്പോൾ അന്നുവരെ കണ്ടാൽ പുച്ഛിച്ചിരുന്ന കപ്പക്കും കാന്താരി ഉടച്ചതിനും എന്തൊരു രുചി! തീർന്നില്ല അമ്മ കെട്ടിപ്പിടിക്കുന്നു, വെളുത്തു തുടുത്തു ഡിങ്കിരി മുങ്കനായിരിക്കുന്ന മകനെ നോക്കി പാവം മെലിഞ്ഞു കറുത്തു കോലം കെട്ടു എന്നു പരിതപിക്കുന്നത് കേട്ടിരിക്കുക.

അപ്പോ തോന്നും... ബെലേ ഭേഷ് !

രണ്ടാം വരവിൽ കുറേ അത്തറും സെൻറും പെട്ടിയിൽ ആരും കാണാതെ ഒളിപ്പിച്ചു വച്ചിട്ടുണ്ടാവും. ന്തിനാ? കല്യാണം കഴിഞ്ഞാൽ അവൾക്ക് സർപ്രൈസ് കൊടുക്കണ്ടേ?

പക്ഷേ ഒട്ടുമിക്ക കേസിലും ഒന്നും രണ്ടും തവണ കഴിയണം അതൊന്ന് ഒത്തു വരാൻ. ആദ്യം പെണ്ണിനെ ഇഷ്ടപ്പെടണം. വെളുത്ത് മെലിഞ്ഞു മുടി കാൽമുട്ടിൽ തട്ടുന്ന ശാലീന സുന്ദരി എന്ന ആഗ്രഹം രണ്ടാം വരവും മൂന്നാം വരവും കഴിയുമ്പോൾ തീർന്നു കിട്ടും. പക്ഷേ, അപ്പോൾ മറ്റൊരു പ്രശ്നം വരും. പെൺവീട്ടുകാർക്കു ചെക്കനെ പിടിക്കണം. കെട്ടിയാൽ അങ്ങോട്ടു കൊണ്ടു പോണം. എങ്ങോട്ട്? ആ രണ്ടുതട്ടു കട്ടിലിന്റെ സ്പേസിലേക്കോ? നാലും അഞ്ചും വർഷം അങ്ങനെ കടന്നു പോകും. നിരാശയിൽ കുറേ മുടിയും തലയിൽ നിന്ന് ഒഴിവാകും.വീടുവയ്പ്, പെങ്ങമ്മാരെ കെട്ടിക്കൽ.... ഹൊ. ചെറിയ ഷുഗർ, ഇത്തിരി പ്രഷറ്... കുടവയറ്.. ഒടുവിൽ ആ വരവിന് പെണ്ണുകെട്ടലു നടക്കും. വീണ്ടും ജീവിതത്തിന്നിത്തിരി സുഗന്ധം..

ജീവിതം ആ പഴയ രണ്ടുതട്ടു കട്ടിലിലെ ഇത്തിരി വട്ടത്തിൽത്തന്നെ. വർഷത്തിലൊരിക്കലോ രണ്ടു വർഷം കൂടുമ്പോഴോ ചൂടും ചൂരും കൈമാറി ഒരു ദാമ്പത്യം. പ്രാരാബ്ധ കഥകൾക്കിടയിൽ, ഡീ നീ വല്ലതും കഴിച്ചോന്നോ, നിങ്ങൾക്കു സുഖാണോ പൊന്നേ എന്നോ കുശലം.... അതു സ്വപ്നങ്ങളിൽ മാത്രം.

ഇതിനിടയിൽ ഇല്ലാതെ പോകുന്ന ജീവിതത്തിലെ നല്ല മുഹൂർത്തങ്ങൾ...

ഒന്നുറപ്പാണ്. പ്രവാസിയുടെ ജീവിതത്തിൽ പെർഫ്യൂം മണം കൊണ്ടു മറച്ചു പിടിക്കുന്നത് ആരും കാണാതെ പോയ അവന്റെ സ്വപ്നങ്ങളാണ്.

മതിയായി, ഞാൻ തിരിച്ചു വരട്ടെ എന്നു ചോദിച്ചാൽ അവൻ നേരിടുക വന്നാലെന്തു ചെയ്യും എന്ന തീരെ പ്രതീക്ഷിക്കാത്ത മറുചോദ്യമാകും. അതാരിൽ നിന്നും ഉണ്ടാകാം. അമ്മ, ഭാര്യ, മക്കൾ, സഹോദരങ്ങൾ അങ്ങനെ ആരിൽ നിന്നും ആ ചോദ്യമുയരാം. എതിർപ്പുകൾ അവഗണിച്ചു തിരികെ വരുമ്പോൾ ബാങ്ക് ബാലൻസ് ഭദ്രമല്ലെങ്കിൽ....

അപ്പോഴാണ് ഞാനാദ്യം പറഞ്ഞ വാചകം ഒരു പ്രവാസി ഉരുവിടുക. മരിച്ചു പോയവരാണു നാം.

എന്നോ മരിച്ചവർ.

○○

29

സ്വപ്നം, വെറുമൊരു സ്വപ്നം

'അങ്ങനെ കുളിച്ചു കുട്ടപ്പനായി പുതിയ ഉടുപ്പും നിക്കറുമിട്ട് നീല യും ചുവപ്പും നിറമുള്ള കുടയും ചൂടി അച്ഛൻ വാങ്ങിക്കൊണ്ടു വന്ന അലൂമിനിയം പെട്ടിയിൽ പുതിയ സ്ലേറ്റും കല്ലു പെൻസിലും എടുത്തു വച്ച് വാറുള്ള ചെരുപ്പുമിട്ട് ചാറ്റൽ മഴയത്ത് വീട്ടിൽ നിന്നി റങ്ങിയതാണ് അമ്മാവന്റെ കയ്യും പിടിച്ച്. കുളത്തിനടുത്തു വച്ച് തെളിനീരു പോലെ മഴവെള്ളം ഒഴുകുന്ന ഒരു ഉറവ ചെമ്മൺപാത മുറിച്ച് ഒഴുകുന്നുണ്ട്. പെട്ടന്ന് അതിലേക്കൊരു കൊച്ചങ്ങാ വീഴു ന്നു. ബ്ലും!

യ്യേ.... ആകെ വെള്ളം തെറിച്ചല്ലോ!

ഞെട്ടിത്തിരിയുമ്പോൾ ഒരു പാട്ട്.

താംതോം തിന്തോം

ജൂണിൽപൊഴിയും മഴയത്ത്

പുസ്തകസഞ്ചിയെടുത്തു നടക്കാൻ

അറിയണ്ടേ അറിയണ്ടേ..... '

ങേ! ഇതെന്ത്? മഴ പെയ്യുമ്പോൾ ഇതെന്തൊരു ചൂട്!

അത് സ്വപ്നം. അതായതുത്തമാ കൊച്ചങ്ങാ വീണതു സ്വപ്ന ത്തിലാണെന്ന്. ഇപ്പോൾ കേൾക്കുന്ന തതോം തിന്തോം അമ്പിളി യുടെ വക പ്രവേശനോത്സവ പരിശീലനമാണ്. ഒന്നാം ക്ലാസ്സിൽ ഇക്കുറി ഇരുപതു കുട്ടികളുണ്ട് പുതുതായി. അപ്പോൾ അവരെ സ്വീകരിക്കേണ്ടേ? അതിന്റെ ചൂടിലാണ് അമ്പിളി ടീച്ചർ.

സംഗതി ജോറാണ്. പാട്ട്, ഡാൻസ്, കഥ, അഭിനയം തുടങ്ങി എല്ലാ സംഗതികളും ചേർത്താണു ടീച്ചർമാർ കുട്ടികളെ വരവേൽ ക്കുന്നത്. എന്തൊക്കെ പറയുമ്പോഴും ഒന്നു പറയാതെ വയ്യ എല്ലാ പരിപാടിയും ഓൺലൈനിലാണ്. പിന്തിരിപ്പൻ എന്നു വിളിക്കരു ത്. ന്നാലും ചോദിക്കുവാണ് പഞ്ചസാരയുടെ മധുരം പഞ്ചസാര

എന്ന് എഴുതിക്കാണിച്ചാ കിട്ടുമോ?

അല്ല ഈ കൊറോണയുടെ മൂന്നാം വരവും പ്രവചിക്കുന്ന ഇക്കാലത്ത് കുട്ടികൾക്കു പഠിക്കുവാൻ മറ്റെന്തു വഴി? ഇത്രയെങ്കിലും, ഇങ്ങനെങ്കിലും കാര്യങ്ങൾ നമുക്കു ചെയ്യുവാൻ സാധിക്കുന്നല്ലോ എന്ന് ആശ്വസിക്കാം.

നല്ലൊരു മഴ സ്വപ്നംമുറിഞ്ഞ് ഉണർന്നെഴുന്നേറ്റതു മഴ മാറി നിൽക്കുന്ന അത്യാവശ്യം നല്ല ചൂടുള്ള പ്രഭാതത്തിലേക്കാണ്. വീടിന്റെ അകത്തളങ്ങളിൽ ഇരുന്നിട്ടാണെങ്കിലും

പ്രവേശനോത്സവത്തിൽ പങ്കെടുത്ത എല്ലാ കുരുന്നുകൾക്കും അമ്പിളി ടീച്ചറുടേയും എന്റെയും ആശംസകൾ...

○○

30
ഒറ്റൊരു നിരാശയിൽ ഞാനും

ഏപ്രിൽ രണ്ടാം തീയതി നാട്ടിലേക്കു പറന്നിറങ്ങുമ്പോൾ രക്തത്തിനു തെരഞ്ഞെടുപ്പിന്റെ ആവേശത്തിളപ്പായിരുന്നു. മെയ് മാസം തിരികെ മടങ്ങും മുൻപ് ഭരണത്തുടർച്ച ഉറപ്പിക്കുന്ന ആ കാഴ്ച കാണണം, വേനൽമഴ പെയ്യുന്നതൊന്നു കാണണം, ആരും കാണാതതിലൊന്നു നനയണം. 2020ൽ ഇറങ്ങിയ യുവ എഴുത്തുകാരുടെ കഥകളിൽ നിന്നും മനസ്സിനെ സ്പർശിച്ച പന്ത്രണ്ടു കഥകൾ ഉൾക്കൊണ്ട പുരുഷാരവം എന്ന കഥാസമാഹാരം പ്രിയപ്പെട്ടവരുടെ മുന്നിൽ വച്ചു പ്രകാശിപ്പിക്കണം, സുഹൃത്തുക്കളുടെ വീടുകളിലേക്കു ഒരു സർപ്രൈസ് വിസിറ്റ് നടത്തണം, ഒടുവിൽ മനസ്സില്ലാ മനസ്സോടെ മടങ്ങണം.

ജീവിതം എത്ര അപ്രതീക്ഷിതവും, പ്രവചനാതീതവുമാണെന്ന് ഇപ്പോൾ തിരിച്ചറിയുന്നു. സ്വന്തം പ്രസ്ഥാനത്തിന്റെ ആവേശോജ്ജ്വലമായ തെരഞ്ഞെടുപ്പു വിജയം ഉള്ളിൽ നിറച്ച ആഹ്ലാദം പോലും ഇപ്പോൾ മങ്ങിത്തുടങ്ങിയിരിക്കുന്നു. മേയ് മാസം കൊണ്ട് അവസാനിക്കുമെന്നു കരുതിയ ലോക്ക് ഡൗൺ ഇനിയും അവസാനിച്ചിട്ടില്ല. പല രീതിയിൽ തിരിച്ചുമടങ്ങുവാൻ ശ്രമിച്ചിട്ടും കുറേ കാശ് പോയിക്കിട്ടിയതല്ലാതെ പ്രതീക്ഷക്കു വകയുണ്ടായില്ല. കാര്യമായ സമ്പാദ്യമുള്ള പ്രവാസികൾ പോലും അപ്രതീക്ഷിതമായി ഉള്ള വരുമാനം നിലച്ചാൽ ഒന്നുലയും, ഉറപ്പ്. അപ്പോൾ പിന്നെ അതല്ലാത്തവരുടെ നിലനില്പ് എങ്ങനെയെന്നു ചോദിക്കേണ്ടതുണ്ടോ?

വരുമാനം നിലയ്ക്കുമ്പോഴും മുന്നിൽ ചെലവുകളുടെ നീണ്ട നിരയുണ്ട്. ലോണും ചിട്ടികളും തിരിച്ചടവു മുടങ്ങിയാൽ പലിശയും കൂട്ടുപലിശയുമായി മുന്നിലെത്തും. ആയിരം രൂപ നൽകിയാലോ മാസം ഒരു കിറ്റു കിട്ടിയാലോ തീരുന്നതല്ല ഈ പ്രശ്നം.

ഏറ്റവും അത്ഭുതമായിത്തോന്നുന്നത് കേരളത്തിന്റെ സമ്പദ് വ്യവസ്ഥയുടെ നട്ടെല്ലു തന്നെയായ പ്രവാസികൾ നാട്ടിലേക്കു വന്നിറങ്ങുമ്പോഴും, ആ വന്നിറങ്ങിയവരുടെ തിരിച്ചുപോക്ക് അനിശ്ചിതത്വത്തിലാക്കി, ബഹുഭൂരിപക്ഷത്തിനും തൊഴിൽ തന്നെ നഷ്ടമായിട്ടും അവർക്കു വേണ്ടി ഒരു ചെറുവിരലനക്കാൻ ഒരു രാഷ്ട്രീയ പ്രസ്ഥാനവും മുന്നോട്ടുവന്നു കാണുന്നില്ല എന്നതിലാണ്. ശരിയാണ് പ്രവാസികൾ ബഹുഭൂരിപക്ഷത്തിനും വോട്ടില്ല. പക്ഷേ, അവർ കൂടി കൈയ്യയച്ചു സംഭാവന ചെയ്തിട്ടു തന്നെയാണ് ഭരണപ്രതിപക്ഷകക്ഷികളുടെ തെരഞ്ഞെടുപ്പ് ഫണ്ടിനു കനം വച്ചത് എന്നതുപോലും അവരൊക്കെ മറന്നല്ലോ. അന്താരാഷ്ട്ര പ്രശ്നങ്ങളിൽ ഇടപെട്ടിരുന്നവർ ഇക്കുറി മൗനം ഭജിക്കുന്നതെന്തുകൊണ്ടാവും?

ഇവരെ താങ്ങി നിർത്തിയിട്ട് ഇനിയെന്ത് കാര്യമെന്നു ചിന്തിച്ചിട്ടോ? അതോ തെരഞ്ഞെടുപ്പ് ആലസ്യത്തിൽ നിന്നും ഉണരുവാൻ നേരമാകാഞ്ഞിട്ടോ?

വിദേശ രാജ്യങ്ങളിൽ തൊഴിലെടുക്കുന്നവരുടെ പ്രശ്നങ്ങൾ കാണുവാൻ എംബസികൾക്കു സാധിക്കേണ്ടേ? നിലവിൽ തൊഴിൽനഷ്ടമാകുന്ന ലക്ഷക്കണക്കിനു പ്രവാസികളെക്കൂടി നോക്കേണ്ട അവസ്ഥ ഗവൺമെന്റിനു താങ്ങാനാകുമോ? ഒരു സർവ്വകക്ഷി ഇടപെടലോ കുറഞ്ഞപക്ഷം എം പിമാരും എംഎൽഎ മാരും കൂടി കേന്ദ്രത്തിനെ കാര്യങ്ങൾ ബോധ്യപ്പെടുത്തുവാൻ ശ്രമിക്കേണ്ടതല്ലേ? മാധ്യമങ്ങളുമതേ, അവരുടെ മൗനമാണ് എല്ലാറ്റിലും ഭീകരം. മാധ്യമങ്ങൾ പ്രവാസികളുടെ പ്രശ്നം ഒരിടത്തും ഒരു ചർച്ചക്കും വിഷയമാക്കുന്നില്ല. അതോ ഇനി കുറേ പ്രവാസികൾ ഉത്തരത്തിൽ ഉടുമുണ്ടഴിച്ചു കെട്ടി തൂങ്ങിയാടുന്നതു കണ്ടാലേ അവരുടെ കണ്ണു തുറക്കുകയുള്ളോ?

ഒരാൾ പോലും പ്രവാസിക്കു വേണ്ടി ശബ്ദിക്കാനില്ല, തൊഴിൽ നഷ്ടമാകുന്ന പ്രവാസി പോലും നിശ്ശബ്ദനാണ്. അവൻ അപമാനിതനെപ്പോലെ തല കുനിച്ചു നിൽക്കുകയാണ്. അവൻ അപരാധിയെപ്പോലെ ഉൾവലിഞ്ഞു പാർക്കുകയാണ്.കാരണം, തൊഴിൽ രഹിതനായി, സമൂഹത്തിലേക്കു നടതള്ളപ്പെട്ടു കഴിഞ്ഞിരിക്കുന്നു. അവൻ ഓരോ ദിവസവും കടന്നു പോകുന്നത് ആത്മനിന്ദയോടെയാണ്. വരുമാനം നിലച്ചു, ഇനി മുന്നോട്ട് എന്തു വേണം എന്നൊരു ഉറച്ച തീരുമാനം എടുക്കാനുമാകുന്നില്ല. പ്രവാസികൾ മടങ്ങിയെത്തിക്കഴിഞ്ഞാൽ നാടിനും ഭാരമാവുന്ന പോലെ. അതല്ലെങ്കിൽ

ആരെങ്കിലും ഒരു ചെറുവിരലനക്കുവാൻ ശ്രമിക്കാത്തതെന്ത്. രണ്ടു വാക്സിനും എടുത്ത് കോവിഡ് ടെസ്റ്റുകൾ നെഗറ്റീവ് ആണെന്നു കണ്ടാണ് ഞങ്ങൾ നാട്ടിലെത്തിയത്.

തിരിച്ചു പോകാൻ, ഉള്ള ജോലി നഷ്ടമാകാതിരിക്കുവാൻ ഒരിട പെടൽ നടത്തുവാൻ ആരാണുണ്ടാവുക?

കാത്തിരിപ്പ് തുടരുന്നു...

പ്രതീക്ഷകൾ മങ്ങുന്നു.

ഒട്ടൊരു നിരാശയോടെ.

ഠഠ

31
കൊറിയൻ പ്രായം

ഞായറവധിയുടെ ആലസ്യം മെല്ലെ യു.എ.ഇയേയും ബാധിച്ചു തുടങ്ങിയിരിക്കുന്നു. എന്നാലും കൃത്യമായി ഡ്യൂട്ടിയ്ക്കെത്തേണ്ട ചില വിഭാഗക്കാരുണ്ടല്ലോ. അതിൽപ്പെടുന്നതു കൊണ്ട് പതിവു പോലെ ഇവിടെ ഹാജരുണ്ട്. ആളും അനക്കവുമില്ലാതെ ബോറടിച്ചിരിക്കുമ്പോൾ സ്വാഭാവികമായും ഫോണിൽ പരതി. ദാ കിടക്കുന്നു തുറക്കാൻ മറന്ന ഒരു മെസേജ് വാട്സ് ആപ്പിൽ. പ്രിയപ്പെട്ടവർ എന്ന് എണ്ണിപ്പറഞ്ഞുവെച്ചവർ മറന്നെങ്കിലും ഓർക്കാൻ യാതൊരു സാധ്യതയുമില്ലാത്തിടത്തു നിന്നും വന്ന ആ ആശംസയിൽ ഉള്ളു കുളിർത്തു. സംഗതി, ഒരാഴ്ച വൈകി വന്ന പിറന്തനാൾ വാഴ്ത്തുക്കൾ ഹൃദയപൂർവ്വം സ്വീകരിച്ച്, കടുപ്പത്തിലൊരു കപ്പു കാപ്പിയും കുടിച്ചു പുറത്തേക്ക് നോക്കിയിരിക്കുമ്പോൾ അവളെ ഓർമ വന്നു. ഒരു കൊറിയൻ സുന്ദരി. പാവക്കുട്ടിയോ എന്നു തോന്നുന്ന മുഖവുമായി വന്ന അവളെ കാണാനൊരു പ്രത്യേക കൗതുകമായിരുന്നു. അവളെ ഞാൻ ശ്രദ്ധിക്കുന്നു എന്ന് മനസ്സിലാക്കിയാണോ എന്നറിയില്ല ഫിലിപ്പീൻകാരി അസിസ്റ്റന്റ് ചില കൊറിയൻ സവിശേഷതകൾ എനിക്കു പറഞ്ഞു തന്നു. കുറച്ചു കാലം അവൾ സിയോളിൽ ജോലി ചെയ്തിട്ടുണ്ടെന്നും കൊറിയൻ സവിശേഷതകളും അത്യാവശ്യം ആ ഭാഷയും അറിയാമെന്നൊക്കെ പറഞ്ഞപ്പോൾ, ന്നാപ്പിന്നെ ഇത്തിരിവിശേഷം കേൾക്കാം എന്നായി ഞാനും. അങ്ങനെ അവൾ പറഞ്ഞ ഒന്നാണ് കൊറിയൻ ഏജ് എന്നത്. അതായതു നമ്മുടെ നാട്ടിൽ, ഒരു പക്ഷേ, ലോകം മൊത്തത്തിൽ ഒരു കുഞ്ഞു ജനിച്ച് 12 മാസം പൂർത്തിയാകുമ്പോഴാണ് കൊച്ചിന്റെ ഒന്നാം പിറന്നാൾ ആഘോഷിക്കുക.എന്നാൽ കൊറിയക്കാർക്ക് അങ്ങനല്ല.ഗർഭാവസ്ഥയും അവർ കണക്കുകൂട്ടും.

അപ്പോൾ കുഞ്ഞ് ജനിക്കുന്ന ദിവസം ഒന്നാം പിറന്നാൾ ആയി. ഇനി ജനുവരി ഒന്നാം തീയതി ഒരു വയസ്സുകൂടി കൂടും. ചുരുക്കം പറഞ്ഞാൽ ഡിസംബർ 30 ന് പിറക്കുന്ന കുട്ടിക്ക് ജനുവരി ഒന്നിന് രണ്ടു വയസ്സാകും പോലും. ഏതായാലും വല്ലാത്ത കുരുക്കാണ് വയസ്സു കണക്കാക്കാൻ എന്നു കണ്ടെത്തിയതോടെ ഇത്രയും കോംപ്ലിക്കേറ്റഡ് ആളുകളുമായി കൂട്ടു വേണ്ട എന്നു കരുതി ഞാൻ കൊറിയൻ കൗതുകം അവിടെക്കളഞ്ഞു.

എന്നാൽ, ഞാനൊരു രഹസ്യം അസിസ്റ്റന്റിനോടു മിണ്ടിയില്ല. ഇതിലും ഭീകരമായ ചില ജന്മദിന വേർഷൻസ് നമ്മുടെ സ്വന്തം കേരളത്തിലുണ്ട് എന്ന്. ഉദാഹരണത്തിന് ഇപ്പോ ഒരു നാല്പത്തഞ്ചിനു മുകളിൽ പ്രായമുള്ള മിക്കവർക്കും രണ്ടു ജന്മദിനം ഉണ്ട് എന്നത് പരസ്യമായ രഹസ്യമാണല്ലോ. ഒന്ന്, ശരിക്കും ജനിച്ച ദിവസം. അതായത് ആശുപത്രിയിൽ കംമ്പോണ്ടറുടേയോ മിഡ്വൈഫിന്റേയോ കൈയ്യിൽ "ള്ളേ 'ന്നു നിലവിളിച്ചു കൊണ്ടു പിറന്നു വീണ ദിവസം, അല്ലെങ്കിൽ വീട്ടിലെ ചായ്പ്പിൽ വയറ്റാട്ടിയുടെ കൈയ്യിലേക്ക് ചോരയിൽ കുതിർന്നു വീണ ദിനം. അതു കാർന്നോർമാര് ചിലപ്പോൾ എവിടെങ്കിലും രേഖപ്പെടുത്തി വയ്ക്കാം. ഇല്ലെങ്കിൽ ആരും ഓർക്കാതെയും പോകാം. പിന്നീട്, ചാത്തോത്തെ കാർത്യായനി അവളുടെ നാലാമത്തതിനെ പെറ്റതിന്റെ പിറ്റേന്ന് രാത്രിയാ ഞാൻ നിന്നെപ്പെറ്റത് എന്നൊക്കെ പുരാണിക്കുന്നതു കേട്ട് സ്വന്തം ജന്മദിനം ഊഹിക്കാം. അതുമല്ലെങ്കിൽ ഉറപ്പായും കണിയാൻ ഗണിച്ച ജാതകം വച്ച് അങ്ങനെ ഒരു ദിവസം ഉണ്ടായിരുന്നു എന്ന് ഉറപ്പിക്കാം. ഇവിടം വരെ ഓക്കെ. പക്ഷേ, അടുത്ത ഘട്ടം, അതാണ് കടുപ്പം. "അണ്ണാ ചെറുക്കനെ ഉസ്കൂളിൽ ചേർക്കണം' എന്ന ഉടപ്പിറന്നവളുടെ അപേക്ഷ പരിഗണിച്ച് ആങ്ങള, അനന്തിരവനെ സ്കൂളിൽ ചേർക്കാൻ കൊണ്ടു പോകും. ചിലപ്പോൾ അപ്പൂപ്പൻ ആകാം. എന്തായാലും ബാക്കി ഭാഗം ഒന്നു തന്നെ.

ജനനത്തീയതി?

ഹെഡ് മാഷ് ചോദിക്കും.

അമ്മാവനും അനന്തിരവനും മുഖത്തോടു മുഖം നോക്കും.

ഹെഡ് മാഷ് കുറിക്കും മേയ് 31.

അങ്ങനെ ഒരു ക്ലാസ്സിലെ ഒട്ടുമിക്കവാറും പിള്ളേരും മേയ് മാസ ജാതരായി വിലസും. അതു പിന്നെ ഒഫീഷ്യൽ ജനനത്തീയതി ആയി മാറും.

ആളനക്കമില്ലാതെ ആശുപത്രി വരാന്തയിൽ ഇങ്ങനെ ഉലാത്തു

മ്പോൾ എല്ലാ ചിന്തകൾക്കും പിന്നിൽ ആ വൈകി വന്ന വാഴ്ത്തുക്കൾ ആണല്ലോ എന്നോർത്തു. പിന്നെ, കുറേക്കാലം കൂടി ആ പാവക്കുട്ടി മുഖവും ഒന്നോർത്തെടുത്തു.

അപ്പോ ഒരു ചോദ്യം...

എന്റെ വയസ്സെത്ര? കൊറിയൻ....

വേണ്ടേ വേണ്ട..

32

ദുബായ് ഒരു പ്രണയ നഗരമാണ്

അതെ, നാളെ ലോകം പ്രണയദിനം ആഘോഷിക്കാനൊരുങ്ങുമ്പോൾ, പ്രണയം എന്ന വാക്കിനെ ഓരോ രാജ്യങ്ങളും എങ്ങനെയാവും നോക്കിക്കാണുക എന്നാണു ഞാൻ ചിന്തിച്ചത്. ഇന്ത്യക്കു പ്രണയത്തിനൊരു സ്മാരകമുണ്ട്, താജ് മഹൽ, ഒരു അത്ഭുത നിർമ്മിതിയും, ഒഴുകുന്ന യമുനയും വിശാലമായ ഉദ്യാനവും ഒക്കെ ച്ചേർന്ന് ചന്ദ്രികാചർച്ചിത രാവിൽ ഓരോ വിരഹിയും മനസ്സിൽ ഓരോ താജ് മഹൽ നിർമ്മിക്കും വിധം, ഭാരതീയ മനസ്സുകളിൽ പ്രണയോപനിഷത്ത് രചിക്കുന്നതിൽ താജ് വളരെ വലിയ പങ്ക് വഹിച്ചിട്ടുണ്ട്. എന്നാൽ മരുഭൂമിയിൽ എങ്ങനെയാണു പ്രണയ ജീവിതം തളിർക്കുക എന്ന് എന്നിലെ ആധുനിക മനുഷ്യൻ ചിന്തിക്കുമ്പോൾ, മുന്നിൽ ചില കണക്കുകൾ... ദുബായിയെക്കുറിച്ചാണ്, ഒരു അമേരിക്കൻ ഏജെൻസി നടത്തിയ കണക്കെടുപ്പിൽ ലോകത്തെ മികച്ച ഒമ്പതാമത്തേയും, അറബ് മേഖലയിലെ ഒന്നാമത്തേയും റൊമാൻറിക് നഗരമാണത്രേ ദുബായ്.

ശരിയല്ലേ? രാജ്യത്തിന്റെ പൊതു നിയമങ്ങൾക്കു വിരുദ്ധമാകാതെ നിങ്ങൾ പ്രണയിക്കുന്നതിനെ ഇവിടെ ആരും തടയുന്നില്ല ല്ലോ. പാട്ടും നൃത്തവും ഉണ്ട്, സാംസ്ക്കാരിക പ്രവർത്തനങ്ങൾ എമ്പാടുമുണ്ട്. രാവിൽ മരുഭൂമിയിൽ താരകങ്ങളെ സാക്ഷിയാക്കി ഒരു ഡിന്നർ, ഒന്നും വേണ്ട, ചുറ്റും ആയിരം പൂക്കൾക്കു നടുവിലിരുന്ന് കണ്ണിൽ കണ്ണിൽ നോക്കിയിരുന്നാൽ മതിയെങ്കിൽ അതിനും വഴിയുണ്ട്, നേരെ മറക്കിൾ ഗാർഡനിലേക്കു വിട്ടാൽ മതി. അതും അല്ല, ആകാശമച്ചിൽ നിന്നും അവളോട് പ്രണയം പറയണമോ അതിനും വഴിയുണ്ട്, ബുർജ് ഖലീഫ ആകാശം മുട്ടി നിൽപ്പുണ്ട്, നേരെ എലിവേറ്ററിൽ കയറുക. മുകളിൽച്ചെല്ലുക നഗരത്തെ സാക്ഷിയാക്കി പ്രണയം പറയുക. അതും വേണ്ട എന്നുണ്ടെങ്കിൽ

ഒരു യാച്ചിൽ സാഗരമധ്യത്തേക്കു പോയി അവിടെ വച്ചും പറയാം പ്രണയം.

അപ്പോൾ തോന്നും ഇതൊക്കെ പണച്ചിലവുള്ള കാര്യമല്ലേ, അല്പം കാശ് മിച്ചം പിടിച്ച്, വിസയുടെ കടം വീട്ടുന്ന തിരക്കിൽ എങ്ങനെയാണു ഇങ്ങനെ പ്രണയിക്കുക എന്നാണെങ്കിൽ, ഒരു പാർക്കിൽ വെറുമൊരു പാക്കറ്റ് ലെയ്സും വാങ്ങിയിരുന്ന്, ഈ ഉരുളക്കിഴങ്ങു ചിപ്സിലെ ഉപ്പും മസാലയും പോലെ നമുക്ക് ഒരുമിച്ചു ജീവിക്കരുതോ എന്നു ചോദിക്കാൻ നൂറു ദിറംസ് ഒന്നും വേണ്ടല്ലോ. ദുബായിയുടെ നിയമങ്ങൾ കർശനമാണ്. പക്ഷേ, അതു പ്രണയികൾക്ക് എതിരായി ഉള്ളതല്ല എന്നു മാത്രം.

ദുബായിയെക്കുറിച്ച് ഇത്രയും പറയുമ്പോൾ നാടിനെക്കുറിച്ച് എന്തെങ്കിലും പറയാതെ മുന്നോട്ടു പോകുന്നതു ശരിയല്ലല്ലോ. സദാചാര ഗുണ്ടായിസവും സദാചാര പോലീസിങ്ങും നമ്മുടെ നാട്ടിൽ നിരന്തരം റിപ്പോർട്ട് ചെയ്യുന്ന ഒന്നാണ്. എന്തുകൊണ്ടാവും സമൂഹം പ്രണയത്തോട് ഇത്രമേൽ മുഖം തിരിച്ചിരിക്കുന്നത്? അതാണ് അറിയേണ്ടത്. നമുക്കിപ്പോഴും പ്രണയം എന്നാൽ രതിയാണ്. ഭക്ഷണം എന്നാൽ വയറു നിറയെ വലിച്ചു വാരിത്തിന്ന് ഏമ്പക്കം വിടേണ്ട ഒന്നാണ്. മദ്യം എന്നാൽ മൂക്കുമുട്ടെ കുടിച്ച്, ശർദ്ദിച്ച്, തല്ലുണ്ടാക്കി, പറ്റിയാൽ വ്യക്തിവിരോധം തീർക്കാൻ കുത്തിക്കൊല്ലാൻ വേണ്ടിയുള്ളതാണ്. രതിയെന്നാൽ മുറിയടച്ചു കുറ്റിയിട്ടു ഭദ്രമാക്കി ഇരുട്ടത്ത് വെപ്രാളത്തിൽ ചെയ്തു തീർക്കേണ്ടതോ, പുതപ്പിനടിയിൽ ഒളിഞ്ഞിരുന്ന് പോൺ സൈറ്റ് തുറക്കുമ്പോൾ കിട്ടുന്ന ആനന്ദമോ, അതുമല്ലെങ്കിൽ കാണാൻ കൊള്ളാവുന്ന ഒരു സ്ത്രീയെക്കുറിച്ച്, പത്തു പേർ കേൾക്കെ അവരുടെ അസാന്മാർഗിക യാത്രകളെക്കുറിച്ചു പൂച്ചംപൂച്ചം പറയുന്നതോ മെസഞ്ചറിൽ സ്വന്തം നഗ്നത കാട്ടുകയോ അശ്ലീലം പറയുന്നതോ ആണ്. ഈ കടുത്ത ലൈംഗിക അരാജകത്വമാണ് നമ്മളെ പ്രണയം എന്ന വികാരത്തെ ഏറ്റവും മോശമായ അവസ്ഥയിൽ കൈകാര്യം ചെയ്യുന്നവരാക്കുന്നത്. അതുകൊണ്ടാണു നമ്മുടെ യുവാക്കൾക്ക് പ്രണയം തകർന്നാൽ ഇണയെ കുത്തിക്കൊല്ലാൻ സാധിക്കുന്നത്, പെട്രോൾ ഒഴിച്ചു കത്തിക്കാൻ സാധിക്കുന്നത്.

അതുകൊണ്ടാണ് ഇന്നും നമ്മുടെ യുവാക്കൾക്ക് മാട്രിമോണി പരസ്യത്തിൽ സർക്കാർ ഉദ്യോഗസ്ഥർക്കു മുൻഗണന എന്നോ, വെളുത്ത സുന്ദരി, പത്തിൽ നാലു പാപം, പാപ ജാതകക്കാർ പ്രതികരിക്കുക എന്നൊക്കെ പരസ്യം ചെയ്യേണ്ടി വരുന്നത്. ടെക്

നോളജി വലുതായി. മക്കൾക്ക് ലോകത്തിന്റെ പല ഭാഗത്തും ജോലിക്കു പോകുന്നു. എന്നിട്ടും നമ്മുടെ പാപ ജാതകങ്ങൾ എത്രയോ വിവാഹം മുടക്കുന്നു.

ഒരു പ്രണയ ദിനം കൂടി കടന്നു പോകുമ്പോൾ അന്നം തരുന്ന നാട്ടിൽ പ്രണയികൾക്കായി ഒരു ലൗ ലേക്ക് വരെ തയ്യാറായിക്കഴിഞ്ഞു. മരുഭൂമിയിൽ ഒരുക്കിയ സ്നേഹ വിസ്മയം ആണത്. തടാകം ഒന്നും വേണ്ട, ചുരുങ്ങിയ പക്ഷം, പ്രണയിക്കുന്നവരുടെ മേൽ കഴുകൻ കണ്ണുകൾ പാറി വീഴാതെ, സദാചാര വടി കൊണ്ടു തല്ലാതെ, പ്രണയിക്കാൻ അനുവദിക്കുന്ന സാഹചര്യമെങ്കിലും ഉണ്ടാകുമോ? ലൈംഗിക ദാരിദ്ര്യവും ഒരു ദാരിദ്ര്യമാണെന്ന് ലോകത്തെ കണ്ണു തുറന്നു കണ്ടു കൊണ്ട് ഒന്ന് അംഗീകരിക്കുമോ? എങ്കിൽ കുറേ ഗുണ്ടാസംഘങ്ങൾ ആ പണി നിർത്തി മറ്റു വല്ല ജോലിക്കും പോകും.

പ്രണയ ദിനത്തിൽ ദുബായ് മാളിൽ അത്തർ വിൽക്കുന്ന സുന്ദരിയുടെ അടുത്താണു ഞാൻ. അവളുടെ കണ്ണിലെ കരിനീല മഷിയിൽ തുളുമ്പി നിൽക്കുന്ന പ്രണയം എനിക്കു തൊട്ടെടുക്കാം. അതെനിക്കു വേണ്ടിയുള്ളതല്ല എന്ന അറിവിൽ സ്വയം പക്വമതിയായ പുരുഷനായി എന്റെ പെണ്ണിനെ ഓർത്ത് എനിക്കവളെ നോക്കി പുഞ്ചിരിക്കാം. പ്രണയം എന്നാൽ അടുത്തിരിക്കൽ മാത്രമല്ല, എത്ര കാതമകലത്തിലാണെങ്കിലും നീ എന്റേതാണെന്ന ബോധവും കൂടിയാണല്ലോ.

ഠഠ

www.ingramcontent.com/pod-product-compliance
Lightning Source LLC
LaVergne TN
LVHW060146051026
849517LV00007B/2572